பைத்திய ருசி

பைத்திய ருசி

கணேசகுமாரன்

எழுத்து பிரசுரம்

Title : Paithiya Rusi
Author's Name : Ganesakumaran
Copyright © Ganesakumaran 2021
Published by Ezutthu Prachuram

Ezutthu Prachuram
(An imprint of Zero Degree Publishing)
No. 55(7), R Block, 6th Avenue,
Anna Nagar,
Chennai - 600 040

Website: www.zerodegreepublishing.com
E Mail id: zerodegreepublishing@gmail.com
Phone : 98400 65000

Ezutthu Prachuram First Edition: October 2021
ISBN : 978-93-90884-12-4
TITLE NO EP : 258

Cover Art: Thoorigai Govindaraju
Layout: Vijayan

'பைத்திய ருசி' – சிறுகதைகள் குறித்து...

கிறுக்கு வழி

- ராஜ சுந்தரராஜன்

இந்தக் கதைகளை நேற்றுச் சாயங்காலம் வாசிக்கத் தொடங்கினேன். வரிசைப்படி வாசிக்கிற வழக்கம் எனக்கு இல்லை. நாவல்களைக்கூட, பெரும்பாலும், குறுக்கும் மறுக்கும் பின்னும் முன்னுமாகத்தான் வாசிப்பேன். "*Foucault Pendulum*" என்றில்லை, எந்த நாவலுமே அப்படி வாசித்தால்தான் புரிகிறது. வரிசைப்படி வாசித்தால், பாதியிலேயே அச்சலாத்தி மூளுகிற அவற்கடமும் நேரலாம். இதே தொகுப்பில் 'பைத்திய ருசி' என்னும் கதையைக்கூட, இன்று காலைதான், குண்டக்க மண்டக்க வாசித்துப் புரிந்துகொண்டேன். ஏனென்றால் நேற்று இரவு இதை வரிசைப்படி வாசிக்கத் தொடங்கி, தானே உறங்கிப்போய் இருந்தேன். விஸ்கியும் காரணமாகலாம். தொடங்கியது "சிக்னல்" கதையில்.

இரவு ஆட்டம் படம் முடிந்து வெளியேறி, பேருந்து நிலையம் நோக்கி நடக்கையில் மழை இறங்கிவிட்டது. ஆளரவமற்ற தெருவில் ஒரு கடைச் சாய்ப்பில் ஒதுங்கினேன். என்னோடு இன்னொருவனும். அவன் என்னிடம், "ஒரு பத்து ரூபா இருக்கா?" என்றான். "என்னத்துக்கு?" என்றேன். "புரோட்டா வாங்கணும்." தூத்துக்குடியில் இரவுமுழுக்கப் புரோட்டாக்கடைகள் இருக்கும்தாம். 'சரி, பசி போல,' என்று எண்ணி, பைக்குள் கைவிட்டேன். "நாலு புரோட்டா வாங்கிக் கொடுத்து, அந்நா ஒரு சுவரு இருக்கில்லா, அங்கிட்டுக் கொண்டுபோயி இவளைச் சோலி முடிக்கலாம்,"

என்றான். அப்போதுதான் கவனித்தேன், இருள்நிழலுக்குள் ஒரு பெண் உட்கார்ந்திருந்தாள். மொட்டை. அதுவரை பெண் உடம்பை அறியாதவனாகத்தான் நானும் இருந்தேன். ஒரு நடுக்கம் வந்திருந்தது எனக்கு. எடுத்த பணத்தைத் திருப்பிப் பைக்குள் செருகிக் கொண்டு மழைக்குள் இறங்கி ஓடினேன். அவள் பைத்தியம்.

சென்னை சாந்தி தியேட்டர் பஸ் நிறுத்தத்தில் நானும் பிரமிளும் நின்றுகொண்டு இருந்தோம். அழுக்குத் தலையும் தாடியுமாய் ஒரு பைத்தியக்காரன் ஒரு தூணில் சாய்ந்து உட்கார்ந்திருந்தான். ஓர் அம்மையார் தன் பைக்குள் இருந்து இரண்டு வாழைப்பழங்களை எடுத்து அவனுக்குக் கொடுத்தார். அவன் அதை வீசி எறிந்தான். மட்டுமல்ல, கெட்ட வார்த்தைகள் போட்டும் திட்டினான். அந்த அம்மையார் மிரண்டு, அடுத்து வந்த பஸ்ஸிலேயே ஏறித் தப்பினார். அருகில் இருந்த டீக்கடையில் போய் ஒரு பிஸ்கட் பாக்கெட் வாங்கிவந்தார் பிரமிள். அதை அந்தப் பைத்தியக்காரனிடம் போய் நீட்டினார். அவன் சிரித்துக்கொண்டே அதை வாங்கி வைத்துக்கொண்டான். எனக்கொன்றும் புரியவில்லை. ராயப்பேட்டை வந்து பிரமிளிடம் காரணம் கேட்டேன். "சிலரை அண்டவிடாமல் செய்வதற்காகக் கெட்ட வார்த்தைகள் உபயோகிப்பார்கள் ஞானிகள்" என்றார் அவர்.

அஹமதாபாத் ரயில்வே ஸ்டேஷனுக்கு வெளியே வரிசையாகப் பஸ் நிறுத்தங்கள் இருக்கும். பெண்களைப் பார்த்து 'ஜொள்ளு'வதற்காக அங்கே அலைந்துகொண்டு இருந்தேன். ஓரிடத்தில், அழுக்காடை, மழிக்காத தாடியில் ஓர் ஆள் ஒரு டயரியில் எதையோ எழுதிக்கொண்டு உட்கார்ந்திருந்தான். அவனுக்குப் பின்னால் போய் நின்று, என்ன எழுதுகிறான் என்று பார்த்தேன். புரியவில்லை. திடீரென்று தலைநிமிர்த்தி, "ஏக் சாய் பிலாவ்!" என்று ஆணையிட்டான். எதிர்ச்சாரியில் போய் ஒரு பேப்பர் கப்பில் டீ வாங்கி வந்து கொடுத்தேன். குடித்தான். பிறகு அந்த டயரியின் ஒரு மூலையில் எதையோ எழுதி, கிழித்து, என்னிடம் கொடுத்து, "பைசா லேக்கே ஜாவ்!" என்றான். அதில் பத்துப் பதினைந்து இலக்கத்தில் ஓர் எண்ணும் BANK என்றும் பச்சை மையால் எழுதப்பட்டு இருந்தது. அந்தத் துண்டுத்தாளை இன்னும் வைத்திருக்கிறேன். அதற்குப் பின் எனக்குப் பண நெருக்கடியே வந்ததில்லை என்றால் நம்புவீர்களா?

தமிழ்மொழியின் கிறுக்குமொழிப் பிரிவைக் கண்டுபிடித்துவிட வேண்டும் என்பதாகத்தான் இருக்கிறது கணேசகுமாரனின்

எழுத்துநடை. கோணங்கியை நோக்கி முன்னேறிக்கொண்டு இருக்கிறார் என்றும் தோன்றுகிறது. "ஏவல்" கதையில், //நேற்று மேலே இருந்த பேனை குழட்டி மாட்டியவர்கள் ஸ்பானரை இங்கேயே விட்டுவிட்டுப் போய்விட்டார்கள் என்று நினைக்கிறேன்.// என்றொரு காரணத் தொடுப்பு வருகிறதல்லவா, இது கோணங்கியில் வராது. அவ்வளவுதான்.

புதுமைப்பித்தனை விட ஸதத் ஹஸன் மண்டோ சிறந்த எழுத்தாளர் என்று இருவரையும் வாசித்த சிலர் சொல்கிறார்கள். புதுமைப்பித்தனிடம் கருவிலே திரு (geniousness) போல ஒன்று உண்டு. ஆனால், அவரது கதைகள் சரியாகத் தறித்துக் கட்டப்படாதன போலத் தோன்றும். மொத்தப் படைப்பிலும், 'செல்லம்மாள்', 'சாப விமோசனம்' இரண்டும்தான் மிகச் செம்மையாக வந்திருக்கின்றனவோ? 'பிரம்ம ராக்ஷஸ்'? ஆனால், மண்டோவின் கதைகள் செம்மையாகக் கட்டப்பட்டவை. மட்டுமல்ல, அவர் ஓர் இலக்கில் மாட்டிக்கொள்வார் (stuckup). பிறகான சம்பவங்கள் செக்குமாட்டுச் சுதந்திரத்தில் சுழலும். இது கிறுக்குப் பிடிக்கிற ஒரு புள்ளி. கலைஞர்கள், காதலர்கள், ஞானிகள் எல்லாம் இந்தப் புள்ளியில் இடறி விழுந்துதான் சுழல்கிறார்கள் போலும்!

'அக்காக்களின் கதை' எங்கள் நாட்டுப்புற வாழ்வின் அருமையான சித்திரம். இந்தக் கதையைத்தான் கடைசியில் நான் வாசித்திருக்க வேண்டும். ஆனால், 'பைத்திய ருசி' சிக்குப்பட்டதால், இன்று உறங்கி எழுந்ததும் அக்காக்களை வாசித்தேன். ஆஹா! இதில் கூட, தன்மையில் அல்லாமல் படர்க்கையில் சொல்லப்பட்டு இருந்தால், பணம் கொடுக்கிற காட்சியின் 'தான்' நிழல் தவிர்ந்திருக்கும். (இது என் தோன்றல்தான்.)

'அழுகிய புத்தனிடம் சொன்ன கதை', 'பாதரசப் பூனைகளின் நடனம்' என்று இரண்டு அரசியல், சமூக அக்கறைக் கதைகள் இருக்கின்றன. நுண்ணுணர்வுள்ள எவரையும் கிறுக்குப்பிடிக்க வைக்கும் வல்லாங்குகள் அக் கதைக்களங்கள். ஒரு கலைஞனால் எப்படிக் காணாத்தனம் காட்டமுடியும்? பாராட்டுகிறேன், கணேசகுமாரா!

'இசை' அவ்வளவு ஈர்க்கவில்லை. அதற்கென்று ஒரு மொழிநடை கைவந்திருக்க வேண்டும். மௌனியின் 'பிரபஞ்ச கானம்' அப்படி ஒரு மொழிநடையால் ஆனது. 'அண்ணகர்' கதையை, 'வரிசை'

பைத்திய ருசி

இதழுக்காகத் திருநங்கைகளைப் பற்றி நான் வாசித்த ஆயிரத்துச் சொச்சம் பக்கங்களில் வாசித்து இருக்கிறேன். ஆனால் இங்கே மொழிநடை சிறப்பாக அமைந்திருக்கிறது.

ஏனைய எல்லாக் கதைகளும் அவற்றின் பைத்திய ருசி காரணமாகலாம், எனக்குப் பிடித்திருக்கின்றன.

என் பாட்டியை 'மீனா மகள்' என்று விளித்தார்கள். என் தாயை 'மீனா பேத்தியாள்' என்றே விளித்தார்கள். அவர்களெல்லாம் இறந்துபோன பிறகு, ஒருநாள், அந்த 'மீனா' கொள்ளுப்பாட்டியின் புகழுக்கு என்ன காரணம் என்று அறிய ஆசைப்பட்டேன். அம்மாவை விட மூத்தவர்களான அத்தை உயிரோடு இருந்தார்கள். அவர்களிடம் போய்க் கேட்டேன். "அது ஒண்ணும் இல்ல அப்பு, அவ கடைசி காலத்துல கொஞ்சம் புத்திசுவாதீனம் இல்லாமப் போயிட்டா."

பாலசுப்ரமணியம் பொன்ராஜ்

கணேசகுமாரனின் 'பைத்திய ருசி' சிறுகதைத் தொகுப்பில் உலவும் மனிதர்கள் இந்த உலகால் ரோகத்தின் காரணமாக நிராகரிக்கப்பட்டவர்கள். அழகின் மினுமினுப்பை இவ்வுலகு அசிங்கத்தால் குறைக்கிறது. நிராகரிக்கப்படும் அசிங்கம் அதன் இருண்மையை பரப்பி ஒளியின் மீது கருமையைப் பூசுகிறது. இந்தத் தொகுப்பின் கதைகளின் வழியாகச் சொல்லப்பட்டவை(வர்கள்) அந்த இருண்மையின் குரல்கள். மீட்சியின்றி அதனுள் சிக்குண்டுவிட்ட மனிதர்களின் விசும்பல்களும், சமூகத்திற்கு மிக வலிமையானதொரு அறிவிப்பாகவே நிகழும் தற்கொலைகளும் நிரம்பியவை.

உடல் மற்றும் மனதின் ரோகங்களால் நேரும் சிக்கல்களை, ஏமாற்றங்களைத் தாங்கிக்கொள்ள முடியாதவர்கள் உடலின் ரோகத்திற்குத் தீர்வாக தற்கொலையையும், மனதின் ரோகத்திற்கு பைத்தியத்தையும் அடைகின்றனர். மனதின் ரோகத்தை உடல் தாங்கிக்கொள்ளும் அளவிற்கு உடலின் வலிகளை, அழகின்மையை மனம் தாங்கிக்கொள்வதில்லை. 'காமத்தின் நிறம் வெள்ளை'யில் லுயூகோடெர்மா பரவும் தயாளனை பவானி விலக்க இறுதியில் தற்கொலை செய்துகொள்ளும் அவனுக்கு இணையாக, தன்

கணவனது ஓரினச் சேர்க்கையின் காரணமாக (அதனால்தான் என அறியாமலேயே) விலக்கப்படும் பானுமதியும் இந்த 'விலக்கப்படுவதால்' என்பதால் மாத்திரமே மரணத்திடம் ஆறுதல் தேடி புகுந்தவர்கள். இருவருக்கும் வாழ்வில் இதைத்தவிர ஏதொரு சிக்கலும் இருப்பதாக கதையில் தெரிவதில்லை. அவர்களால் தங்களுக்கே உரிமையான ஓர் உடல் அவர்களின் உடலுக்குச் செய்யும் அநீதியைத் தாங்க முடியாமல் மரணிக்கின்றனர்.

'ஏவல்', 'சிக்னல்', 'பைத்திய ருசி' ஆகிய கதைகள் மூன்றும் மனதின் ரோகத்தைப் பேசுபவை. "நான் பேசுவதை யாராவது கேட்டிருந்தா இந்த நிலைமை வந்திருக்காது" என 'ஏவல்' கதையில் வரும் ஒரு வாக்கியத்திற்கு பதிலாக "சிறிதும் ஓய்வின்றி ஒரு துரோகத்தினை உலகுக்கு அறிவித்துக்கொண்டிருக்கும் உதடுகளைச் சந்திக்கும் போதெல்லாம் உங்கள் செவி கேட்காமல் போகிறது" எனும் 'பைத்திய ருசி'யின் வாக்கியம் அமைகிறது (இதன் context வேறாக இருப்பினும் பொருத்திப் பார்க்கலாம்).

எப்போதுமே நாம் கேட்க விரும்புகின்றவை அல்லாமல் வேறெவற்றையும் கேட்க மறுக்கிறோம். அதைப்போலவே காதுள்ளவர்கள் எல்லோருமே கேட்கக் கூடியவர்களும் அல்ல.

ஓரினச் சேர்க்கை, லுயூகோடெர்மா, வலிப்பு, 'டிரின்னிடஸ்', 'பிரீஃப் சைக்கோசிஸ்', ஏவல், புற்றுநோய் எனக் கதைகளில் விரியும் நோய்மைக்கு பலியாகும் உடல்களோடு, அணு உலைகள், வேதி ஆலைகள், போர்களால் சிதைக்கப்படும் உடல்கள் இணைகின்றன.

பீத்தோவனின் 'இசை' அவனது செவிப்புலன் திறன் இழந்த பிறகும் பொங்கிப் பெருகிய அவனது வெள்ளம். இதை ஒரு சிறுகதை என்பதைவிட சிறப்பாகச் சொல்லப்பட்டதொரு குறு வாழ்க்கை வரலாறு எனச் சொல்லலாம். பீத்தோவனது கட்டுப்பாடு மிக்க தந்தையின் மொசார்ட் எனும் மேதையைக் கடந்து செல்லும் பெருவிருப்போடு - பிரம்படிகள் காலில் விழ பியானோக்களில் விரல்கள் மிதந்த சிறுவனோடு எதை துணை நின்றதோ அதுவே அவனது கேட்கும் திறன் அவனை விட்டு நீங்கிய பிறகும் துணையாக இருந்தது. தயாளனுக்கும், பானுமதிக்கும், 'அழுகிய புத்தனிடம் சொன்ன கதை'களில் வரும் பெண்களுக்கும் ஒரு வயலின் துணை இல்லாமல் போனதே தற்கொலைக்குக் காரணம்.

ஒரு பிரிவினால் உச்சமுடிவுகளுக்குப் போகாத ரகுநந்தனும்,

புவனாவும் தற்கொலை செய்யாமல், மனம் குழம்பாமல் போன அளவிற்கு மற்றவர்கள் வண்ணத்துப்பூச்சியை அறுக்கப் பழகியவர்கள் அல்ல.

'அக்காக்களின் கதை', 'மார்ச் 13', 'தேவதைக்கு வாழ்க்கைப்பட்ட வன்', 'தந்தூரி கசானா 400 ரூபாய்' ஆகிய கதைகள் அவற்றின் வடிவத்தினாலோ, உள்ளடக்கத்தினாலோ வழமையானவை என்பதால் கவனத்தை ஈர்க்கவில்லை.

இக்கதைகள் சிறுகதைகள் எனும் வடிவத்தின் இலக்கணங்களைக் கடந்தவை. பெரும்பாலான கதைகள் Biographical தன்மையோடு இருக்கின்றன. ஒரு பெரிய கேன்வாஸில் சம்பவங்களின் துணையோடு சொல்ல வேண்டியவற்றைச் சில பக்கங்களில் சொல்ல முனைந்தவை இக்கதைகள். அதனாலேயே சிறுகதை வடிவத்தினுள் நில்லாமல் வெளியே நிற்கின்றன. இக்கதைகளின் இலக்கியத் தகுதி குறித்து இப்போது பேச முடியாது.

இத்தொகுப்பில் எனக்குப் பிடித்த கதையாக இருப்பது 'சிக்னல்'. சமிக்ஞையைக் கடக்கும் கோழிதான் மனம். தவறான ஒரு முன்னகர்வில் விபத்திற்குள்ளாகி இயல்பு நிலையைக் கடந்து பைத்தியத்திற்குள் நுழைந்து திரும்ப வராது.

ஒரு தந்தை அவனுடைய குழந்தையைக் கையில் வாங்கிய மறுகணம் அக்குழந்தையின் முதுகுப்பக்கம் முளைத்திருந்த பெரிய கட்டியைத் தொட்டதுமே "ஊறிய தந்தைமையின் அமுதம் சட்டென உள் சுருங்கி அருவருப்படைந்து" (பக். 39) பின்னகர்வதே இவ்வுலகின் இயல்பென நாம் அறிந்தவர்கள்.

'சாமிகளே' இல்லாத உலகின் (ஏவல்) சிக்கல்களுக்குத் தீர்வாக நவீன மருத்துவத்தின் மாத்திரைகளும், தற்கொலைகளும் அமைகின்றன. நிறுவனங்கள், அறிவியல், தொழில்நுட்பம், போர் இயந்திரங்கள் அனைத்தும் இவ்வுலகை ஒரு பைத்திய விடுதியாக மாற்றுவதை எழுதிய கணேசகுமாரன் வடிவத்தின் மீதும் கவனம் செலுத்தினால் இன்னும் சிறப்பான கதைகள் எழுதிவிட முடியும்.

எல்லாவற்றிற்கும் மேலாக இலக்கிய வாசகன் காண விரும்புவது அசிங்கமானவற்றிடம் இருந்து கூட பிறக்கும் அழகே.

கணேசகுமாரன்

ரியாஸ் குரானா

விளிம்புநிலையில் வைத்துப் பார்க்கப்படும் பைத்தியக்காரர்கள் என அழைக்கப்படும் ஒரு பகுதி மனிதர்களின் வாழ்வை பலர் எழுத வாசித்திருக்கிறோம். ஆனால், ஒவ்வொரு மனிதனின் உள்ளும் இருக்கும் பைத்தியம் என கருதத்தக்க செயல்களுக்கு நிகரான செயற்பாடுகளை மிகக் கவனமாகவும், கலைந்து செல்லும் மொழியிலும் கதைகளாக எழுதியிருக்கிறார். கதைகளைப் பயிலும் எவரும் இந்தத் தொகுப்பைத் தவறவிட்டுவிடக்கூடாது என்பதை சொல்லுவதில் சந்தோஷமாக இருக்கிறது.

சுகுணா திவாகர்

பொங்கல் விடுமுறையைப் பயன்படுத்தி கணேசகுமாரனின் 'பைத்திய ருசி' சிறுகதைத் தொகுப்பை வாசித்தேன். அவரது முதல் சிறுகதைத் தொகுப்பான 'பெருந்திணைக்காரன்' வெவ்வேறு வகையான மனநிலையை விவரிக்கும் சிறுகதைகளின் தொகுப்பு. ஆனால் இந்தத் தொகுப்பில் உள்ள கதைகள் பெரும்பாலும் நம் எல்லோருக்குள்ளும் விகித வித்தியாசங்களில் இருக்கும் பைத்திய மனநிலையை விவரிப்பவை. ஒருவகையில் சொல்லப்போனால் கையைக் கிழித்து ரத்தத்தால் காகிதத்திலோ சுவரிலோ எழுதுவதைக் கதைகளாக எழுதிப் பார்த்திருக்கிறார். ஒருசில கதைகள் ஓரேமாதிரியான மொழியைக் கொண்டிருப்பவையாகத் தோன்றின. ஆனால் பெரும்பாலான கதைகள் ஒதுக்கப்பட்ட மனநிலையின் துயரத்தைப் பேசுகின்றன. ஓரினச் சேர்க்கையாளன் ஒருவன் தாம்பத்திய வாழ்க்கையில் பொருந்திப் போக முடியாத சிக்கல்கள் குறித்துப் பேசும் 'சந்திரன், பானுமதி, மற்றும் வில்சன், மனைவியால் ஒதுக்கப்பட்ட, வெண்புள்ளிகள் கொண்டவனின் கட்டுக்கடங்காக் காமம் பற்றிப் பேசும் 'காமத்தின் நிறம் வெள்ளை', சுற்றுச்சூழலின் சீர்கேடுகளைக் கவித்துவத்துடனும் அதிரவைக்கும் உண்மையின் அடியாழத்துடனும் முன்வைக்கும் 'பாதரசப் பூனைகளின் நடனம்', எப்போதும் நமக்கு ஆதர்சமாக இருக்கும் அக்காக்களின் வாழ்வு காலச்சக்கரத்தில் நசுங்கிச் சக்கையாகத் தள்ளப்படும் அவலத்தைச் சொல்லும் 'அக்காக்களின் கதை ஆகிய கதைகள் முக்கியமானவை. புத்தகக் காட்சியில் நல்ல புத்தகங்களைத் தேர்ந்தெடுத்து வாங்கும் நண்பர்கள் கண்டிப்பாகப் 'பைத்திய ருசி' வாங்கலாம்...

பைத்திய ருசி

சண்முகா

*கா*லையிலிருந்தே கதிரின் மீதான ஏவல் தொடங்க ஆரம்பித்துவிடுகிறது கல்யாணியின் அப்பா வீட்டில் காபி குடிக்காமலே எனக்கு. எனக்கும் சில நேரங்களில் கோபம் வரத்தான் செய்கிறது ஏன் இந்தக் கதிர் திரும்பத் திரும்ப என்னோடு பேசிக்கொண்டே இருக்கிறான் என்று. கதிருக்கும் என் வாழ்க்கைக்கும் சம்பந்தமான சம்பவங்கள் என்று அப்படி ஒன்றும் நிகழ்ந்திடாதபோதும் கற்றுக்கொண்ட மாயைகளைப்போல என்னால் கதிரிடம் இருந்து விலகவே முடியவில்லை.

தூக்கம் வந்தும் தூங்க முடியாத கதிர், நான் தூங்காத பல இரவுகளில் ஏவல் நிறைந்த வார்த்தைகளோடு பேசிக்கொண்டே இருக்கிறான். காதுகளை மூடிய அவன் கொடிய சத்தம் என் காதுகளில் ஒலித்துக் கொண்டே இருக்கிறது.

பின்னிரவுக்குப் பிறகான நேரங்களில் வில்சனின் பிரிவு சந்திரனாய் என்னுள் கரைந்து எரிகிறது சக கைதியின் மூச்சுக் காற்றில். முறைப்படி திருமணம் செய்த பானுமதியின் சிவந்த கண்களில் இருந்தும், வார்த்தைகளின் வாதங்களிலிருந்தும் தப்பித்துக்கொள்ள சோடியம் வேஃப்பர் வெளிச்சம் நிறைந்த தெருவும் எனக்குத் தேவைப்படுகிறது. ஆசுவாசமாய் அழுதுகொள்ள வில்சனின் சிகரெட் வாசனை நிறைந்த மௌன முத்தங்களும் நள்ளிரவுக்குப் பிறகு தேவைப்படுகிறது. தேவைக்கு அதிகமான ஞாபகங்களை மட்டுமே கொடுத்த வில்சனின் தேவை இப்பொழுது அதிகமாய் எனக்குத் தேவைப்படுகிறது சந்திரனைவிட.

பதற்றமடைந்த தயாளனின் படபடப்பு, என் இரவின் அருகாமையில் வீசும் தயாளனின் மன வெளிச்சங்கள் என எல்லாமே என்னை உறங்கவிடாமல் இருக்கச் செய்கின்றன. மௌனத்தின் எல்லைகளைக் கடந்து மனைவி மீதான அழுத்தங்கள், வெள்ளை நோயின் வெறுப்புகள் என வெறுமையில் ஆழ்த்துகின்றன.

என் எல்லா பயணங்களின் தொடக்கம் சந்தோஷமாக இருந்தபோதும் பயணங்களின் ஊடே பயணிக்கும் தயாளனின் முத்தத்தின் சூடு என் நெற்றியிலும் படர்கிறது.

பயணத்தின் நடுவே பஸ்லில் இருந்து கீழே இறங்கிய தயாளனை

ஏனோ மனதிலிருந்து இறக்கிவிட முடியாதபோது காமத்தின் நிறம் வெள்ளையாகவே தெரிகிறது.

ஜென்மத்தில் தீராத பசி, பைத்தியங்களோடு பைத்தியமாய் என்னைக் கழுவிக்கொண்ட ஒரு நதி, இமை திறந்து உறங்கப் பழகிக்கொண்ட எல்லா நாட்களும், இப்படி ஒரு கடிதம் எழுத நேரிடும் ஓர் இரவு, நரம்பிற்கு பதிலாய் கனவுகளை அறுத்து கண்ணீர் விடும் கண்கள், இறகுகளின் சடலங்கள், பிரிவிலிருந்து என்னை என்னிலிருந்து மீட்டெடுத்து மீண்டும் பிணமான நொடிகள், காமத்தின் வெளிப்படையான காடு, நித்தம் கண்கள் சந்திக்கும் சில துரோகங்கள் அனைத்தும் உதவுகிறது பைத்தியம் ஆவதற்கு.

எண்ணிப் போட்டால் சாகமுடியாதுதான். நான் 'பைத்திய ருசி'யை மீண்டும் வாசிப்பதற்காகவே வாழ விரும்புகிறேன்.

ஷேக் ஷாஜஹான் முகம்மது.

நம் இல்லாமைகளை, போதாமைகளை, சொற்களினால் ஆனதொரு கற்பனை உலகைக் கொண்டுதான் நிரப்பிக்கொள்ள வேண்டியிருக்கிறது. உயிருட்டும் சொற்கள் இல்லாத நிகழ்வுகள் எப்போதும் சலிப்பையும், நோயையும் தவிர வேறெதனையும் கொண்டுவராது. எத்தனை ஏமாற்றங்கள், வேதனைகள், துயரங்கள், இழப்புகள் வந்தாலும் வாழ்வில் ஒரு கணமேனும் நாம் துயருறும்போது அதிலிருந்து நம்மை மீட்பதற்கேனும் ஒரு கற்பனை உலகை நிழல்போல தொடரவேண்டும் எனத் தோன்றுகிறது.

பைத்தியமாக இருப்பதன் சாத்தியக்கூறுகளைப் பற்றி எப்போதேனும் யாரும் சிந்தித்துப் பார்த்ததே இல்லை. சில நேரங்களில் தனியானவனாய் உணர்ந்தாலும் மனம் மட்டும் எப்போதும் திருவிழாக்கூட்டம் போல் எண்ணங்களின் இரைச்சல் நிறைந்த இடமாய் இருப்பது ஏன் என்றும் எப்போதும் சப்தமாகவே இசைக்கப்படும் என எண்ணங்களுக்கான காரணம் தேடியும் நிறைய நேரங்கள் நாம் தொலைந்து போக அதுவே ஒரு காரணமாகவும் இருக்கிறது.

நிலைத்து நிற்கும் என்பதாக என் இயல்பு என்றுதான் இத்தனை நாள் நினைத்து வந்திருக்கிறேன். இவை யாவற்றுக்குமான விளைகள்

பைத்திய ருசி

வெவ்வேறு வடிவங்களில் ஒளிந்திருக்கிறது; பைத்திய நான் யாரோடும் பேசாமல் இருக்கிறேன், ஆனால் எப்படிச் சொல்வது என் மௌனத்தின் இரைச்சல்களை, அதன் அர்த்தங்களை எப்படிச் சொல்வது தனிமையுடனான என் விளையாட்டை? நான் உண்மையிலேயே மன ஆரோக்கியமாக இருக்கும் ஒருவன்தானா? எப்போதும் என்னோடு நான் மட்டுமே எதற்காக, ஏன் வாழ்ந்து கொண்டிருக்கிறேன். இப்படி எல்லாம் யோசிக்கும் தருணங்களில் எந்த ஒன்றை மனம் திடீரென்று பற்றிக்கொண்டதோ அதிலேயே சிறிது காலத்துக்கு முழுமையாய் ருசியில்...

* * *

வேலைப்பொழுதும் வீட்டுக்காக ஒதுக்கிய மணித்துளிகளும் தவிர்த்த சில தேர்ந்தெடுத்த பொழுதுகளில் பைத்திய ருசிக்காக ஒதுக்கியிருந்தேன். இதன் அறிமுகம், இதற்காக நண்பர்கள் கொடுத்திருந்த அறிமுகம், விமர்சனம் இதை எல்லாம் தாண்டி இதை எழுதிய கணேசகுமாரனின் முகநூல் எழுத்துகள் இந்த நூல் பற்றிய ஆர்வத்தை நிறைய ஏற்படுத்தியிருந்தன. அதனாலேயே புத்தகம் கைக்குக் கிடைத்தவுடன் இதை முதலாவதாக படித்துவிடுவோம் என்று கையில் எடுத்தபிறகே தெரிந்தது - இது ஒரே மூச்சில் படிக்கவேண்டிய வழமையான புத்தகம் அல்ல என்று.

ஒரேயொரு நிமிடம் நம்மைச்சுற்றி இருக்கும் எல்லாவற்றையும் பார்த்தால் சொற்களாக அறியப்படாத ஏதேனும் ஒன்றை நம்மால் காட்ட முடியுமா? சொற்கள் இல்லையேல் நமது உலகமே இல்லை. ஆனால், தமக்குத்தாமே ஓர் உலகத்தில் மூழ்கி இருப்பவர்கள் பேச நினைக்கும் சொற்கள் என்னவாக இருக்க முடியும் என்று நினைக்கையில் மிஞ்சும் அயர்ச்சியும் சோர்வுமே பைத்தியமாக இருத்தலின் நிலையை சாத்தியப்படுத்துகின்றன.

அன்றாட வாழ்வின் நேரங்களை மகத்தானதாக்கிக்கொண்டால் ஒழிய, சலிப்பான சம்பவங்களில் நேரத்தைச் செலவிட்டுக்கொண்டேயிருந்தால் மனம் தூசியடைந்த அறையைப்போல வெறுப்பும், சலிப்பும், அலுப்பும் மிகுந்ததாக வாழ்வை மாற்றிவிடும். அப்படியொரு வாழ்க்கை அமையப்பெற்றவனைப்போல இருப்பதற்கான சாத்தியங்கள் யாவும் இந்த பைத்திய ருசியில் நிறைய இருக்கின்றன.

* * *

14 "

கணேசகுமாரன்

பைத்திய ருசி 'அண்ணகரில்' ஓர் இடத்தில் "ஒரு அலட்சியத்தில் சிதறிய அங்கீகாரத்தின் முடிவில் தனிவனத்தில் மிதந்த உடம்பெங்கும் மென்மயிர் வருடிய வாசனை கடந்ததொரு ரணக் கோடுகள்"-- என்ற இடமாகட்டும், பைத்திய ருசி என்ற முழு அத்தியாயமும் ஆகட்டும் கணேசகுமாரா இதைத் தாண்டிப்போக இதையெல்லாம் தலைக்கு ஏற்ற கனம் தாங்காது கதற வேண்டும் போலிருக்கிறது. உனது சொற்களின் நெஞ்சில் தலைசாய்த்து அவற்றின் அதிர்வுகளைக் உன்னிப்பாய் கேட்கிறேன். பின்னர் நாம் வசிக்கும் உலகமெனும் பைத்தியக்கார விடுதிக்குத் திரும்பி வருகிறேன். மேலும் உலகம் அழியும் நாள்வரை சாத்தான்களைக் கடவுள் கைவிடுவதில்லை என்று அவன் வாக்குறுதி அளித்திருக்கிறான். கடவுளால் கைவிடப்பட்ட ஒருவரிடம் தருவதற்கு சாத்தானிடம் நேசத்தைத் தவிர வேறொன்றுமே இருக்கவில்லையே என அழுத்தமாய்ப் பதிந்திருக்கும் உன் கருத்துகளை மாற்ற முடியாமல் திகைத்துப்போய் நிற்கிறேன். பைத்தியமாக அலையும் எல்லோருடைய பொழுதுகளையும் நரகத்தின் நாட்களிலிருந்து கழித்துக்கொள்வதுதானே சிறந்ததாக இருக்க முடியும் கணேசகுமாரன்.

உன் பைத்திய ருசி தொகுப்பில் நீ, நான், அவன், இவன் என எல்லோரும் இருக்கிறோம். பைத்திய ருசியின் அழகியலே அந்தத் தழும்புகளைப் படிக்கும் எல்லா இடங்களிலும் உணர்வதுதான். சில இடங்களில் அனிச்சையாக சங்கிலி அணிந்திருக்கிறேனா என்று கால் உதறிப் பார்க்கிறேன். சில இடங்களில் அந்த லத்தி அடியின் வலி உணர்கிறேன். சில இடங்களில் அந்தப் பிரகாசமான வெளிச்சம். இன்னும் இன்னும்...

* * *

எந்த ஒரு பக்கத்தையும் மீள வாசிக்கும்போது அதுவே ஓர் அலாதியான சுயமோகத்தைத் தரும். உயிருட்டும் சொற்கள் இல்லாத நிகழ்வுகள் பொதுவாக சலிப்பையும், நோயையும் தவிர வேறெதனையும் கொண்டுவராது என்று நன்றாகவே தெரியும். பைத்திய ருசி வாசிப்பில் அதுவே பயமாயிருக்கிறது. எத்தனை ஏமாற்றங்கள், வேதனைகள், துயரங்கள், இழப்புகள் வந்தாலும் வாழ்வில் ஒரு கணமேனும் நாம் துயருறும்போது அதிலிருந்து நம்மைத் தற்காத்துக்கொள்ளவேனும் கொஞ்சம் மீட்பதற்கேனும் இந்தப் பைத்திய ருசியை நிழல்போல தொடரவேண்டும் எனத் தோன்றுகிறது.

* * *

ரணங்களாலான, அப்படி ஒரு வலியில் இருக்கிறோம் என்பதற்கான அவலத்தைக்கூட உணர இயலாதவர்களின் பிரதிநிதியாக நின்று ஓர் அற்புதமான தொகுப்பைத் தந்த கணேசகுமாரனின் கைகளுக்கு என் அன்பு முத்தங்கள்

குமரகுருபரன் ஜெயராமன்

கணேசகுமாரனின் பைத்திய ருசி சிறுகதைத் தொகுப்பு மொத்தமுமே, அதன் மொழியும், நடையும் சார்ந்து மனப் பிறழ்வின் உச்சத்தை நிகழ்த்தும் ருசி உடையதாக இருக்கிறது. அதன் நேர்மை அதன் சில சிறுகதைகளை இலக்கிய அந்தஸ்துக்கு உயர்த்துகிறது.

நரம்பை அறுத்து, உயிர் அகற்ற முனையும் வலியுடன் நிகழும் கணேசகுமாரனின் பைத்திய ருசி தருணங்கள், அவரின் முன்னுரையில் இருந்தே ஆரம்பித்து விடுகின்றன. "ஆழ்மனம் அழுகி வீசும் நிணமும், பச்சைக் கவிச்சி மாறா குருதி வழியும் உங்கள் கவிதைகளே நீங்கள்" என்று சக கவிஞன் ஒருவனின் வரிகளை மேற்கோள் காட்டி காதலின் தழும்புகளைக் காட்டி அமையும் தொகுப்பின் கடைசிச் சிறுகதையான 'தேவதைக்கு வாழ்க்கைப்பட்டவன்' வரைக்கும் மனப் பிறழ்வின் மொழி ஆளும் பைத்திய ருசி தருணங்கள் நீள்கின்றன.

அண்ணகர், இசை, அழுகிய புத்தனிடம் சொன்ன கதை,என்கிற மூன்று கதைகளும் பைத்திய ருசியின் புதிய எல்லைகளைத் தொடும் அனுபவங்கள். ஆனால், பைத்திய ருசி முழுதாக நம்மை ஆக்கிரமிக்கும், நம்மை அதன் அபாய ஆழத்துக்குள் இழுக்கும் சமகாலத்தில் நான் வாசித்த மிக முக்கியமான சிறுகதை. ஏழு பக்கங்களுக்குள் அடங்கிவிடும் இச் சிறுகதையின் மொழியும், கூறுகளும், நமக்குள் எண்ணற்ற உணர்வுகளை, அகல விரிப்பதாய் இருக்கின்றன.

ஏவல்

அன்புள்ள அப்பாவுக்கு கதிர் எழுதிக்கொள்வது. நீங்கள் சென்னை வரும்போது ஏவல் விட்டுத்தான் அழைத்து வந்தீர்கள். சென்னை வந்தவுடன் ஏவல் ஆனது. பிறகு வைரவேல் டாக்டர் மிசினை வைத்துப் பேசினார். நீங்கள் அதனையும் ஏவல் என்றே நம்பினீர்கள். பிறகு கீழ்ப்பாக்கம் மருத்துவமனையில் சேர்த்தீர்கள். அங்கு இருந்த தேன்கனி எனது சொந்த அக்காள். நானும் அவளும் ரெட்டைக் குழந்தைகள். நாங்கள் இருவரும் மனதிற்குள் பேசிக்கொண்டோம். மனதிற்குள் நினைப்பதைக் கண்டுபிடிக்கும் ஆற்றல் எனது அக்காவிற்கும் வைரவேல் டாக்டருக்கும் உண்டு. பிறகு என்னை ஹோமில் சேர்த்தீர்கள். அன்று முதல் என்னை கல்லூரியில் படிக்கும்போது வந்த ஏவலில் தானாகப் பேசிக்கொண்டதைத் தாங்கள் கஞ்சா அடித்து உளறுவதாகக் கூறி எனக்கு ஆஸ்பத்திரியில் ஷாக் ட்ரீட்மென்ட் கொடுத்தீர்கள். அந்த வேதனையையும் தாங்கிக்கொண்டேன். நாட்கள் கடந்தன.

ஹோமில் சேர்த்தபிறகு கல்லூரியில் படிக்கும்போது வந்த ஏவலில் திருத்தம் செய்தார்கள். நான் இதுவரை நினைத்த அத்தனையையும் திருத்தம் செய்தார்கள். பிறகு ராசி உச்சத்தைக் குறைக்க என்னை மிசினை வைத்து அழச்செய்தார்கள். ஹோமில் இருந்த ஒன்பது மாதங்களும் நரக வேதனைதான். வைரவேல் டாக்டர் மனதில் நினைப்பதை அப்படியே சொல்லுவார். (இதற்காகவே அமெரிக்காவில் படித்தவர்) அப்பொழுது உங்களைத் திரும்பிக்கக் கூறி மிசினை ஆப் பண்ணாமல் வைரவேல் டாக்டர் என்னைத் துன்புறுத்துவார். எனக்கு நீங்கள்தான் முக்கியம். நீங்களும் அம்மாவும்தான் முக்கியம். நான்

பைத்திய ருசி

உங்கள் இருவர் மீதுதான் அளவு கடந்த பாசம் வைத்துள்ளேன். உங்களை சாகும் வரை கைவிட மாட்டேன். ஹோமிலிருந்து என்னை வீட்டுக்குக் கூட்டி போகாமல் இங்கே வந்து வேலைக்குச் சேர்த்துவிட்டார்கள். இவர்கள் ஒன்றும் உங்களிடம் சொன்னதுபோல் எனக்கு பில் போடும் வேலை தரவில்லை. சேர்ந்த அன்றே குடோன் சென்று வெயிட் தூக்கு என்றார்கள். என்னுடன் குடோனில் வேலை பார்க்கும் அண்ணன்கள் நல்லவர்கள். நான் பி.காம். படித்திருக்கிறேன். நான் ஹோமிலிருந்து வருகிறேன். நான் மாத்திரை சாப்பிடுகிறேன் என்றவுடன் என்னைப் பெட்டியெல்லாம் தூக்கச் சொல்லவில்லை. அவர்களிடம் நான் சொல்லியிருக்கிறேன். எனக்கு கோபம் வந்தா என்ன செய்வேன்னு எனக்கே தெரியாதுன்னு. அதனாலதான் அன்னைக்கு ஒன்ன அடிச்சேன். எல்லாம் இந்தக் கல்யாணியால வந்ததும்மா. சொர்க்கவாசல் திறப்பு அன்னிக்கு பெருமாள் கோயில்ல வச்சிதான் கல்யாணியைக் கிஸ்ஸடிச்சது. அத அவ அப்பன் பாத்துட்டான். வீட்டுக்கு அழைச்சிட்டுப் போய் ஊஞ்சல்ல உட்கார வச்சி காபியெல்லாம் குடுத்தாம்மா. நான் குடிச்சிருக்கக் கூடாதுதான். தெரியாம குடிச்சிட்டேன். அதுலதான் அவன் ஏவல் வச்சிருக்கான். இல்லாட்டி ஒரே வாரத்துல கல்யாணிக்கு கல்யாணம் பண்ணுவானா?

அவன் தெலுங்கு செட்டிம்மா. நம்மூரு தெலுங்கு செட்டியப் பத்தித்தான் ஒனக்குத் தெரியுமே. அவன் குடுத்த காபியக் குடிச்சித்தான் எல்லா சனியனும் வந்தது. இல்லேன்னா கல்யாணி என்ன மறப்பாளா. அதுக்கப்புறம்தான் கல்யாணிகூட அதிகமா நான் பேச ஆரம்பிச்சது. கல்யாணி அடிக்கடி என்னப் பாக்க வந்தா. காட்டுக்குப் போய் பேசிக்கிட்டுருப்போம். நான் அவகூட பேசுறது ஓங்களுக்குப் புடிக்கல. கஞ்சா அடிச்சிட்டு ஒளர்றேனு ஏவல் வச்சீங்க. இப்ப என்னாச்சி. பீடைகள் ஒழியவே ஒழியாது. எனக்கு நிறைய யோசனை வந்தது. யோசிச்சிக்கிட்டே இருந்தேன். அதெல்லாம் யாருக்கிட்ட சொல்றதுன்னே தெரியல. ராத்திரி தூங்காம யோசிச்சேனு டாக்டரிடம் அழைத்துக்கொண்டு போனீர்கள். தூக்கம் வரலேன்னா யோசிக்கத்தானே செய்யணும். உங்களுக்குப் புரியவே இல்லை. நான் சொல்ல வந்ததையாவது கேட்டிருக்கலாம். எதுவுமே பேசாதே தூங்கினாப் போதும்னு சொல்லி மாத்திரை தந்தீர்கள். அன்று ஆரம்பித்த கொடுமைதான். பிறகு என்னைச் சூழ்ந்த மாயை அகன்றது. மாத்திரைகள் சாப்பிட்டே தூங்கினேன்.

கணேசகுமாரன்

எவ்வளவு தூக்கம் தூங்கியிருப்பேன். இப்போதெல்லாம் எத்தனை மாத்திரைகள் போட்டாலும் தூக்கம் வருவதில்லை. வைரவேல் டாக்டர் ஒரு ஊசி போட்டால் போதும். ஆஸ்பத்திரியில் இருக்கும் அத்தனை பெட்டின் மீதும் பறந்துகொண்டிருப்பேன். அமாவாசை பௌர்ணமி நாட்களில் ஏவல் உச்சத்துக்குச் செல்லும் என்று நீங்கள்தானே பயந்தீர்கள். எனக்கென்ன பயம். ஏவல் மட்டும்தான். எனக்குக் கவலையெல்லாம் உன்னை நெனச்சுத்தாம்மா. நாகூர் தர்காவுக்குப் போய் ஒரு ராத்திரி படுத்துக் கிடந்தப்ப நீதான் தூங்காம முழிச்சிக்கிட்டுக் கிடந்த. நான் பேசுறத யாராவது கேட்டிருந்தா இந்த நிலைமை வந்திருக்காது. டாக்டர்கிட்டக்கூட அதிகமா நான் பேசுனதில்ல. நீங்கதானே பேசுவீங்க. பெரியவங்கள எதுத்துப் பேசுறான்னு அப்பா சொல்வாரு. பெரியவங்க தப்பு பண்ண மாட்டாங்களா. அத என்ன ஏதுன்னு கேக்கக்கூடாதா. கற்பித்துக்கொண்ட மாயைகளிலிருந்து நீங்கள் விலகவே இல்லை. எப்பவும் கண்களில் தூக்கம் இருக்கும். தூங்கவும் முடியாது. யோசனைதான். சிந்தனை குறையுமென்று போட்ட மாத்திரைகள் அதிகப்படுத்தின. சரவணனை செவிட்டில் அறைந்ததுதான் உங்களுக்குத் தெரியும். அவன் என்கிட்ட என்ன கேட்டான். இப்பல்லாம் தர்கால்ல போய் படுக்கிறதில்ல நீ. உனக்குப் பைத்தியம் தெளிஞ்சிடுச்சா. யாருக்குமே கோவம் வரும்தானே. எனக்குக் கோவம் வந்தா என்ன செய்வேன்னு எனக்கே தெரியாதுன்னு உங்களுக்குத் தெரியும்தானே. யாரும் என்கிட்டயும் அதப்பத்திக் கேக்கல. சரவணன்கிட்டவும் கேக்கல. நான் நல்லவந்தாம்மா. ஏவல் இல்லேன்னா நல்லாத்தாம்மா இருப்பேன். என்னப் பாத்து லூசுன்னா கோவம் வருமா வராதா. வைரவேல் டாக்டர் கரண்ட் குடுக்கறதுக்கு முன்னாடி விரல்ல ஓயர் மாட்டுறப்பவே கண்ண இறுக்க மூடிக்குவேன். சத்தம் கேட்ட உடனே என்ன யாரோ உள்ள இழுக்கிற மாதிரியிருக்கும். வலிக்கல்லாம் செய்யாதும்மா. தண்ணி தாகம்தான் எடுக்கும். நீங்கதான் அழுவீங்க. நான் கஷ்டப்படுவதைத் தாங்க முடியாமல் ஏர்வாடிக்கு அழைத்துக்கொண்டு சென்றீர்கள். உங்களுடன் இருந்தாலாவது சரியாக இருந்திருப்பேன். ஏவலின் உச்சம் குறைந்திருக்கும். என்னைச் சுற்றி ஏதேதோ சத்தங்கள். நான் அமைதி தேடி தனியே அமர்ந்து யோசிக்கும்போதெல்லாம் இன்னும் எனக்கு சரியாகவில்லையென்று போய்விடுவீர்கள். தர்காவில் படுத்துக் கிடந்தபோது உன்னைக் கட்டிப் பிடிக்கவேண்டும் போலிருந்தது. அதனால்தான் அப்படிச் செய்தேன். உன் வாசனை எனக்கு

பைத்திய ருசி

மிகவும் பிடிக்கும். நான் ஏதும் தப்பு செய்திருந்தால் என்னை மன்னித்துவிடு. ஹோமில் சேர்ப்பதாய் முடிவு செய்து என்னைக் கட்டாயப்படுத்தியபோதுதான் உன்னை அடித்தேன். என்னை மன்னிச்சிடு அம்மா. ஹோமில் நன்றாகச் சாப்பிடச் சொன்னார்கள். சாப்பிட்டு முடித்த உடனே மாத்திரை தருவதுதான் கோபமாய் வரும். ஹோமிலிருந்து வீட்டுக்குக் கூட்டிப் போகாமல் இங்கே வந்து வேலைக்குச் சேர்த்துவிட்டார்கள். கோபம் வந்தால் கணபதியை நினைத்துக்கொள். ஓம் ஸ்ரீ வல்லப கணபதே நமஹா சொல்லு என்றீர்கள். நம் ஊர் போல் இங்கு சாமியே இல்லம்மா. நம் ஊரில் தடுக்கி விழுந்தால் எத்தனை சாமிகள். அதனாலே ஏவல் அதிகமாய் வராது. சென்னையில் சாமியே இல்லை. எனக்கு ஏவல் என்பதால் மாத்திரை சாப்பிடுகிறேன். நிறைய பேர் ஏவல் இல்லாமலே மாத்திரை சாப்பிடுகிறார்கள். இங்கு வேலைக்குச் சேர்ந்த இந்த ஒரு மாதத்தில் நான் கணபதி என்றிட கலங்கும் வல்வினை கணபதி என்றிட காலனும் கைதொழும் கணபதி என்றிட கருமம் ஆதலால் கணபதி என்றிட கவலைகள் தீருமே என்றெல்லாம் சொல்லிப் பழகிக்கொண்டேன். நேற்றுதான் மறந்துவிட்டேன். எனக்குப் பௌர்ணமியென்று தெரியாது. தெரிந்தால் நானே கொஞ்சம் ஜாக்கிரதையாய் இருந்திருப்பேன். ஏவல் அவ்வளவு எளிதில் விலகாது. கொஞ்ச நேரத்துக்கு முன்புதான் பார்த்தேன். பதினைஞ்சு மாத்திரைகள். மாத்திரை அட்டை இங்கேதான் கிடக்கிறது. இதுவரைக்கும் தூங்கல. ராத்திரி ரொம்ப வேர்த்துன்னு சட்டையை அவுத்துட்டேன். புழுக்கமா இருந்துன்னு ஜட்டியோட பாயில உக்காந்திருந்ததை இங்க உள்ள அண்ணன்லாம் போன்ல படம் எடுத்தாங்க. என்ன சுத்தி நின்னுக்கிட்டு மாத்திரை போடு மாத்திரை போடுன்னு ஒரே சத்தம். ஏர்வாடியில இருந்தது மாதிரியே இருந்தது. ரெண்டு காதையும் பொத்திக்கிட்டு அப்படியே ஒக்காந்துட்டேன். மண்டைக்குள் ஏவல் கொஞ்சம் கொஞ்சமாக அடங்கியது. எல்லோரும் வாக்கிங் சென்றுவிட்டார்கள். இவன் மட்டும்தான் இருந்தான். இவன் பெயர் கூட எனக்குத் தெரியாது. என்னுடன்தான் வேலை பார்க்கிறான். விடிந்ததிலேர்ந்து டார்ச்சர். ஓனரிடம் நேத்து ராத்திரி நடந்ததைச் சொல்லி வேலையை விட்டுத் தூக்கப் போகிறேன் என்றான். நான் கஞ்சா அடித்ததை இவன் பார்த்தானாம். சொன்னதையே திருப்பித் திருப்பிச் சொன்னான். எத்தனை முறைதான் ஓம் ஸ்ரீ வல்லப கணபதே நமஹா சொல்வது. ஸ்பானரை எடுத்து மண்டையில் வீசு வீசினேன். சரவணனை அறைந்தது போலவே வேகமாய் அறைந்தேன்.

நேற்று மேலே இருந்த பேனைக் கழட்டி மாட்டியவர்கள் ஸ்பானரை இங்கேயே விட்டுவிட்டுப் போய்விட்டார்கள். எனக்குக் கோபம் வந்தா என்ன செய்வேன்னு எனக்கே தெரியாதுன்னு ஓங்களுக்குத் தெரியுமே. கத்திக்கிட்டே மண்டையில கைய வச்சிக்கிட்டு கீழே விழுந்தவன்தான் இதுவரைக்கும் எந்திரிக்கல. என் பாயில அவன் மண்டையிலேர்ந்து வந்த ரத்தம் வந்து சேந்ததால எழுந்திரிச்சி பாய சுருட்டி வச்சிட்டு வந்து ஓங்களுக்குக் கடிதம் எழுதுகிறேன். சுமதி அக்காவை விசாரித்ததாகச் சொல்லவும். இங்கே இரண்டு மணி நேரம் மட்டுமே கரண்ட் கட் செய்கிறார்கள். இப்போது ஏவல் இல்லை. குளித்துவிட்டு வேலைக்குக் கிளம்ப வேண்டியதுதான். எனக்கு உங்க சந்தோசம்தான் முக்கியம். நீங்களும் அம்மாவும்தான் முக்கியம். லீவு கிடைக்கும்போது என்னை அழைத்துக்கொண்டு போங்கள்.

இப்படிக்கு உங்கள் அன்பு மகன்
கதிர்.

சந்திரன், பானுமதி மற்றும் வில்சன்

சந்திரன்-

சிறையினில் யாருடனும் ஒட்டாமலே இருந்தான் சந்திரன். அவன் நினைவில் பத்திலக்க எண் ஒன்றினைத் தவிர வேறு எதுவுமே இல்லாமல் போனது. அறையில் இருந்த சக கைதி ஒருவன் வில்சனைப் போலவே ஜாடையில் இருந்ததில் அவனிடம் மட்டும் எப்போதாவது பேசுவான். அவனிடம் பேசும் பேச்சில் வில்சனின் ஞாபகங்கள் மட்டுமே இருக்கும். சிறையில் கொஞ்சம் செல்வாக்கான கைதி ஒருவனிடம் இருந்த செல்போனில் ஒருமுறை வில்சன் எண்ணுக்கு முயற்சித்ததில் 'தாங்கள் அழைக்கும் நபர் தொடர்பு எல்லைக்கு அப்பால் உள்ளார்' என்ற பதில் வந்தது. நிமிர்ந்து பார்த்த சந்திரன் கண்களில் சிறையின் மதில்சுவர் தாண்டி வானம் மட்டுமே இருந்தது. சுதந்திர தினம், காந்தி ஜெயந்தியின் போதெல்லாம் பரோலில் வெளிவரும் சந்திரன் தன் வீட்டுக்குக் கூடப் போகாமல் வில்சனைப் பார்க்கச் செல்வான். ஒரே ஒரு கேள்விதான் அவனிடம் இருந்தது. சிறையில் இருந்த இந்த இரண்டு வருடங்களில் ஏன் ஒருமுறை கூட தன்னைப் பார்க்க வரவில்லை. வில்சன் தனது லாட்ஜ் சூப்பர்வைசர் வேலையிலிருந்து விலகியிருந்தான். எங்கிருக்கிறான் என்றே தெரியவில்லை. கேள்வியின் வடிவம் சந்திரனின் மனதில் நாளுக்கு நாள் வளர்ந்துகொண்டே போனது. அடுத்த மூன்று வருடங்கள் சிறையில் நரக வேதனை அனுபவித்தான் சந்திரன். உறக்கம் என்பது கிஞ்சித்தும் இல்லாமல் போயிற்று. கண்களை மூடினால் உடல் முழுவதும் தீக்காயங்களுடன் வந்து முத்தமிட்டான் வில்சன். கத்தரிக்கோலினால் சந்திரனை இரண்டாய்ப் பிளந்தாள்

பானுமதி. நள்ளிரவில் எழுந்து அழுதுகொண்டிருக்கும் சந்திரனை அணைத்து ஆறுதல் சொன்ன சக கைதியின் மூச்சில் நெருப்பு இருந்தது. சந்திரன் எரிந்துகொண்டேயிருந்தான்.

ஐந்தே வருடங்களில் தண்டனைக் காலம் முடிந்து விடுதலையானான் சந்திரன் நன்னடத்தை காரணமாக. ஊருக்கு வந்தவன் தன் வீட்டுக்குச் சென்றான். இத்தனை வருடங்களாகப் பூட்டித்தான் கிடந்தது பானுமதியுடன் அவன் இருந்த வீடு. பக்கத்துத் தெருவில் வசித்து வந்த அப்பா, அம்மா, தம்பியுடன் சிறிது நேரம் பேசிக் கொண்டிருந்துவிட்டு தன் வீட்டு சாவியினை வாங்கி வந்து கதவு திறந்து உள்ளே நுழைந்தான். சாவு நிகழ்ந்த வீடு என்பதால் அந்த வீட்டுக்கு வேறு யாரும் குடிவரவில்லை. இருந்தாலும் வீடு சுத்தமாகத்தான் இருந்தது. அறையினுள் வந்து அமர்ந்தான். கண்களை மூடினான். பானுமதியின் அலறல் கேட்டது. இனி எல்லா இரவுகளிலும் தன்னிடம் கேட்கும் அவள் அலறலின் கேள்விக்கு என்ன பதில் சொல்வது? ஏன் கொன்றாய் என்னை?

இந்தக் கேள்விக்கு பதில் தெரிந்த ஒரே நபர் வில்சன்தான். அவனைப் பற்றிய நினைவுகளில் சந்திரனிடம் மிச்சமிருப்பது அந்தப் பத்திலக்க எண் மட்டும்தான். கையிலிருந்த செல்போனில் வில்சனின் என்னை அழுத்தினான். எதிர்முனையில் ரிங் போனது. நான்கு ரிங்குகளுக்குப் பிறகு எதிர்முனை எடுக்கப்பட்டது. 'ஹல்லோ' என்றது பெண்குரல். 'நான் சந்திரன் பேசுறேன். வில்சன் இருக்கானா?' என்றான். 'நான் பானுமதி பேசுறேன். உங்களுக்கு யார் வேணும்?' அன்றிலிருந்து பத்தாம் நாள் நள்ளிரவில் தன் வீட்டின் தனியறையில் துளி அலறலின்றி பானுமதியுடன் எரிந்துகொண்டிருந்தான் சந்திரன். அவன் பாக்கெட்டிலிருந்த செல்போன் விடாமல் அடித்துக் கொண்டிருந்தது.

பானுமதி–

வயது 25. படிப்பு பி.காம். ஒல்லியான உடல்வாகு. சிவப்பு நிறம். பெரிய விழிகள். கருகருவென்ற நீளமான தலைமுடி. பெரியோர்களால் நிச்சயிக்கப்பட்டதில் சந்திரனுக்கு இன்று காலை மனைவியானவள். பாயினில் படுத்தபடி சந்திரன் காத்திருக்க 11 மணி போல் பால் கொண்டு வந்த பானுமதி காலையிலிருந்து பூட்டியிருந்த தூப்பனைகளை உதிர்த்திருந்தாள். சாதாரண காட்டன் புடவையில் எளிமையான அழகுடன் இருந்தவள் அங்கிருந்த விளக்குக்கு நிறைய

பைத்திய ருசி

எண்ணெய் ஊற்றினாள். திரி பிரகாசித்தது. மோகமாய் தன் மேல் கவிழ்ந்த சந்திரனை பானுமதி இறுக்கியதில் கண்ணாடி வளையல்கள் உடைந்தன. மூச்சிரைக்க பெரும் வியர்வையுடன் நிமிர்ந்த சந்திரனின் முகத்தில் புதிரான குழப்பத்தினை அணிந்திருந்தான். திரியின் வெளிச்சத்துக்குக் கண்கள் சுருக்கியவன் 'வெளக்கு எதுக்கு... அணைச்சிடலாமே...' என்றான் மெல்லிய குரலில். 'இல்லைங்க... அத்தைதான் சொன்னாங்க. விடியிற வரைக்கும் திரி அணையாம பாத்துக்கன்னு...அதனாலதான்...' என்ற பானுமதியின் கண்கள் சந்திரனின் கண்களை உற்றுப் பார்த்தன. 'கொஞ்ச தூரம் தள்ளி வையி... தலமாட்ல வெளிச்சம். எரிச்சலா இருக்கு என்ற சந்திரனின் முகம் காலையில் இருந்தது போல் இல்லாததை வியப்பாய் கவனித்த பானுமதியின் மனதில் ஆச்சரியம் கேள்வியாய் மாறிப் படர்ந்தது. மறுமுறை சந்திரன் பானுமதியின் நெற்றியில் முத்தமிட்டபோது செல்போன் ரிங்கியது. எடுத்து உடனே கட் செய்தான்.' யாருங்க இந்நேரத்துல' என்ற பானுமதிக்கு பதில் சொல்லாத சந்திரன் பாயில் சம்மணமிட்டு அமர்ந்த நொடியில் மெசஜ் ஒலி. திரை பார்த்துப் படித்து உடனே டெலிட் செய்தான். இரு கைகளாலும் தலையைப் பிடித்துக்கொண்டான். பானுமதியின் கண்களில் விளக்குத்திரி சுடர்விட்டு பிரகாசித்தபோது சாம்பல் நிறத்துக்கு மாறியிருந்த இரவு தன் கொட்டாவி விலக்கி சோம்பல் முறித்தது.

'உங்க பொறந்த நாளுங்கிறதால நேத்து மதியம் வடை பாயாசம் செஞ்சேன். நேத்து முழுக்க நீங்க வரல. நல்ல நாளும் அதுவுமா வீட்ல இருக்கக் கூடாதா?' என்றாள் பானுமதி தட்டில் சாதம் போட்டபடி. சூடான சோற்றிலிருந்து புகை எழுந்து சந்திரன் முகத்தில் கேள்விகளை எழுதியது. சோற்றினுள் கைவிட்டு அளைந்தவாறே பதில் சொன்னான் சந்திரன். 'எப்பவும் பொறந்தநாளைக்கு வேளாங்கண்ணி கோயிலுக்குப் போயிடறது. நேத்து புல்லா அங்கதான் இருந்தேன்.' என்ற சந்திரனிடம் 'நான் இங்க பக்கத்துல விநாயகர் கோயில்லதான் உங்க பேர்ல அர்ச்சனை பண்ணிட்டு வந்தேன்' என்ற பானுமதியின் கண்களை எதிர்கொள்ள முடியாமல் திணறினான் சந்திரன்.

பானுமதிக்குக் காலையிலிருந்தே மயக்கமாயிருந்தது. சாப்பிட்ட இட்லியை அடுத்த அரைமணி நேரத்தில் வாயில் எடுத்தாள். காலண்டர் தேதி பார்த்து கணக்குப் போட்டாள். மாதவிலக்கு பத்துநாள் தள்ளிப் போயிருந்தது. மதியத்துக்கு மேல் மளிகைக்

கணேசகுமாரன்

கடையை மூடிவிட்டு எங்கோ புறப்படும் அவசரத்தில் இருந்த சந்திரனிடம் தயங்கித் தயங்கிச் சொன்னாள். சந்திரனுக்கு உற்சாகம் ஒரு மின்னல் கீற்றெனப் படிந்து விலகியது. 'சந்தோசமான விஷயத்தை சாதாரணமா சொல்றே' என்றபடி சிரித்த சந்திரனின் குரலில் குதூகலம். மீரா மகப்பேறு மருத்துவர் என்று பலகை மாட்டியிருந்த கிளினிக் உள்ளே கூட்டம். விதவிதமான வயிறுகளுடன் தாய்மை நடமாடிக்கொண்டிருக்க சந்திரனும் பானுமதியும் காத்திருந்தனர். செல்போன் மணி அடித்தது. திரையினைப் பார்த்து கட் செய்தான். 'ஏன்... பேசுங்களேன்...' என்ற பானுமதியிடம் 'ப்ச்...போர்...' என்ற சந்திரனின் குரலில் செயற்கை அலட்சியமிருந்தது. கிளினிக்கை விட்டு வெளியேறியபோது 'இன்னைக்கு வீட்ல டிபன் பண்ண வேணாம். ஹோட்டல்ல சாப்பிடலாம்' என்றான் சந்திரன். பானுமதியின் நெஞ்சுக்குள் ஐஸ்கிரீம் பரவியது. திருமணமாகி இந்த ஒரு வருடத்தில் முதன்முறையாய் கணவனுடன் ஒன்றாய் ஓட்டலில் சாப்பிடப் போகிறாள். சர்வரிடம் ஆர்டர் சொல்லும்போது மறுபடியும் ரிங்கியது. கட். ஆட்டோவில் வீடு திரும்பிய அன்று இரவு பானுமதியை அணைத்தபடி உறங்கிப் போனான் சந்திரன். சந்திரனின் கையை தன் வயிற்றின் மேல் வைத்தபடி நீண்ட நேரம் தூங்காமல் விழித்துக் கிடந்தாள் மனம் நிறைந்திருந்த பானுமதி. சந்திரனுடைய செல்போன் அணைத்து வைக்கப்பட்டிருந்தது.

அன்றிலிருந்து பத்து மாதங்கள் உள்ளங்கையில் வைத்து தாங்கினான் பானுமதியை. மாதாமாதம் டாக்டர் செக்கப், வேளா வேளைக்கு மருந்துகள், பழங்கள், குங்குமப் பூ என்று சந்திரனின் பார்வையில் மூச்சுத் திணறிப் போனாள் பானுமதி. தான் அனீமிக்காக இருக்கிறோம் என்பதாலே கருவுற்ற செய்தியறிந்த நாளிலிருந்தே உடல் ரீதியாகவும் தன்னை தொந்தரவு செய்யாத கணவனின் பெருந்தன்மையினை எண்ணி எண்ணி பூரித்துப் போனாள்.

குழந்தை தொட்டிலில் தூங்கிக் கொண்டிருக்க கட்டிலில் படுத்திருந்த பானுமதிக்கு தூக்கம் வரவில்லை. குழந்தை பிறந்ததிலிருந்தே தன்னைவிட்டு உடல் ரீதியாக விலகி இருக்கிறான் கணவன் என்று அறிந்து தூக்கம் தொலைத்தாள் பானுமதி. எட்டு மணிக்கெல்லாம் மளிகைக் கடையினை மூடிவிட்டு வெளியேறுபவனின் இரவு சாப்பாடும் இப்போதெல்லாம் வீட்டிலில்லை. மிகத் தாமதமாகத்தான் கட்டிலுக்கு வருகிறான். நடு இரவில் வந்து படுக்கும் கணவனிடம் சிகரெட் மிச்சம். ஆச்சர்யமாயிருந்தது பானுமதிக்கு. தன் கணவன்

பைத்திய ருசி

சிகரெட் பிடிப்பானா? குழந்தை பிறப்பதற்கு முன்பெல்லாம் இப்படியில்லையே. கருவுற்றிருந்த காலங்களில் தன் கண்ணுக்குள் வைத்துப் பாதுகாத்த கணவனா இப்படி தன்னை விட்டு விலகிச் செல்வது. ஆண்களின் உளவியலே இதுதானா. ஒரு குழந்தை பெற்றவுடனே அவன் மனைவி அவனுக்கு அலுத்துவிடுவாளா. பிரச்சினையின் வேர் வேறு எங்கோ எனக் குழப்பமுற்ற பானுமதி குழந்தையின் சூட்டில் பெருகிய தாய்மையில் தன்னைக் கரைத்துக் கொண்டாள்.

ஓர் இரவு சந்திரனிடம் தன்னை விலக்க என்ன காரணமென்று மிக நிதானமாகக் கேட்ட பானுமதியை நிமிர்ந்து பார்க்காமலே பதில் சொன்னான் சந்திரன். 'குழந்தைக்கு பால் குடுத்துக்கிட்டிருக்க… உனக்கு எதுக்கு சிரமம்னுதான் ராத்திரி வெளியில சாப்புடுறேன்…' பலவீனமாய் உதிர்ந்தன வார்த்தைகள். பானுமதி சிரித்தாள். 'நான் ஓங்க பொண்டாட்டிங்க… அது ஞாபகம் இருக்குல்ல…' அடிபட்ட பார்வையுடன் நிமிர்ந்து பார்த்தான் சந்திரன். கண்களில் நடுக்கம் தொடங்கியிருந்தது. காட்சி எதுவும் மாறவில்லை. அதே போன்ற இரவுகள். நாட்கள் வாரங்களாகி மாதங்களாக பானுமதி காத்திருந்தாள்.

அன்று இரவு சந்திரனிடம் அந்தப் புகைப்படத்தை நீட்டினாள். கல்யாண மாலையுடன் கேமிராவைப் பார்த்து பெரிதாய் சிரித்துக் கொண்டிருந்த சந்திரனின் அருகில் வில்சன் நின்றிருந்தான். போட்டோவில் சந்திரனை ஒட்டியிருந்த பகுதி கத்திரிக்கோலால் கத்தரிக்கப்பட்டிருந்தது நன்றாகவே தெரிந்தது. சட்டென்று சிரித்தான் சந்திரன். 'இதுவா…தனியா ஒரு பிரிண்ட் போட்டு வில்சனுக்குத் தரணும்னு பீரோவுல வச்சிருந்தேன். ஒன் சைடு மட்டும் கறையான் அரிச்சிடுச்சி… போட்டோ முழுக்க வந்திடக் கூடாதுன்னு கொஞ்சம் கட் பண்ணிட்டேன். வேறதான் பிரிண்ட் போடணும்' பேசிக்கொண்டே போட்டோவை வாங்கி பீரோவில் வைத்தான். நிராதரவாய் நின்றிருந்த பானுமதிக்குள்ளிருந்த சொற்கள் தன் ஊமை நாவினை மடக்கி உள்ளே செருகின. பீரோவில் எந்த இடத்திலும் இல்லாத கறையான் அந்தக் குறிப்பிட்ட போட்டோவில் மட்டும் வந்தது எப்படி? ஏன் ரகசியமாய் பீரோவின் அடித்தட்டில் சந்திரனின் உடைக்கு அடியில் அந்தப் புகைப்படம் மறைத்து வைக்கப்படவேண்டும்? மறுநாள் அந்தப் புகைப்படம் காணாமல் போனது எப்படி? கறையான்கள் பானுமதியின் மனதில். ஓரே வீடு.

ஒரே படுக்கை. ஆனாலும் விருந்தாளி போல் இருந்தது சந்திரனின் இயக்கம். கணவனின் வாசனைக்கு ஏங்கினாள் பானுமதி.

கனவு போல் இருந்தது. கண்விழித்த பானுமதி கடிகாரம் பார்த்தாள் விடிய இன்னும் நேரமிருந்தது. தாகமெடுத்தது. அருகில் சந்திரனைக் காணவில்லை. எழுந்து அறையிலிருந்து வெளியே வர சந்திரன் வீட்டுக்குள் நுழைவது தெரிந்தது. அறையில் நுழைந்து கட்டிலில் அமர்ந்தவன் எதுவும் பேசாமல் படுத்தான். 'இந்நேரத்துக்கு எங்க போயிட்டு வர்றீங்க?' என்ற பானுமதியிடம் கண்களைத் திறக்காமலே பதில் சொன்னான். 'போன் வந்தது. போய் பேசிட்டு வர்றேன்…' 'நடுராத்திரி ரெண்டு மணிக்கு போன் வந்தா வெளியில போய் பேசிட்டு வர்ற அளவுக்கு பிரெண்டு… கொஞ்ச நாளா எதுவுமே சரியில்லைங்க… கெட்ட கெட்டக் கனவா வருது. ஏதோ கடமைக்கு வாழுற மாதிரியிருக்கு… நம்ம ரெண்டுபேருக்கு நடுவுல யாரோ இருக்குற மாதிரி தோணுது… என்ன பிரச்சனைன்னு தெரியல.' தொண்டையடைத்தது பானுமதிக்கு. நேருக்கு நேராக நிமிர்ந்து பார்த்தான் சந்திரன் 'பிரெண்டு போன் பண்ணினான். போய் பேசிட்டு வந்தது தப்பா?' சொற்களில் கோபம் கலந்திருந்தன.' பிரெண்டு… பிரெண்டு… பிரெண்டு… எப்பபார்த்தாலும் பிரெண்டுன்னா என்ன ஏன் கல்யாணம் பண்ணிக்கிட்டீங்க… ஓங்க பிரெண்டையே பண்ணிக்க வேண்டியதுதானே…' வெடித்தாள் பானுமதி. இரவு விளக்கின் மெலிதான நீலத்தில் வியர்வை ஊறியது சந்திரனின் நெற்றியில். 'நான் பண்ணின தப்பு அதுதாண்டி. கொஞ்சம் படிச்சவளாப் பார்த்து கட்டுனேன் பாரு…அடங்காமத்தான் திரிவே… என்னை கேள்விமேல கேள்வி கேக்காத…பொம்பளையா அடக்க ஒடுக்கமா இரு…' தடுமாறி வெளிவந்தன வேகமாய் படபடத்தவனின் வார்த்தைகள். உதடுகள் துடித்தன பானுமதிக்கு. 'மொதல்ல நீங்க ஆம்பளையா நடக்கப் பாருங்க…' முதுகுத்தண்டு அதிர நிமிர்ந்தான் சந்திரன். அசந்தர்ப்பமாய் செல்போன் அழைக்க எழுந்து அறையை விட்டு வெளியேறினான்.

அன்றிலிருந்து மூன்றுநாள் சந்திரன் வீட்டுக்கே வரவில்லை. சமைக்காமல் கண்ணீருடனே கிடந்தாள் பானுமதி. பக்கத்து தெருவிலிருந்த சந்திரனின் அம்மா ஒருமுறை வீட்டுக்கு வந்து போனார். சந்திரனுடனான தனது பிரச்சனையைப் பற்றி பானுமதி எதுவும் சொல்லவில்லை. நான்காம் நாள் வீட்டுக்குள் நுழைந்தவுடனே பானுமதி கத்தினாள். 'ஓங்க மனசுல என்ன நெனச்சிக்கிட்டு

பைத்திய ருசி

இருக்கீங்க... இதென்ன சத்திரமா வீடா... ஓங்க இஷ்ட்த்துக்கு வர்றீங்க போறீங்க... என்கூட வாழ விருப்பம் இருக்கா இல்லையா... நான் ஒரு மனுஷியா ஓங்க கண்ணுக்குப் படலியா...' கண்ணீர் சிதறக் கேட்டவளிடம் மிக நிதானமாய் செல்போனை ஆராய்ந்தபடி பதில் சொன்னான். 'உள்ள நுழைஞ்சவுடனே ஏன் பிசாசு மாதிரி கத்துற... மூணு நாள் நிம்மதியா இருந்தேன் எந்தத் தொந்தரவும் இல்லாம...' 'அப்போ நான் இருக்கிறதுதான் ஓங்களுக்குத் தொல்லையா இருக்கு...' அவனிடமிருந்து பானுமதி விலகிய பத்தாவது நிமிடம் அந்த அலறல் கேட்டது.

சமையலறையிலிருந்து எரிந்தபடி வந்து சந்திரனைக் கட்டிப்பிடித்தாள் பானுமதி. சுள்ளென்று தீ உறைக்க வேகமாய் பானுமதியை உதறினான். வீட்டுச் சுவரெங்கும் எதிரொலித்து மோதியது பானுமதியின் வலி நிறைந்த கதறல். தரையில் விரித்திருந்த சாக்கினை எடுத்து பானுமதியின் மீது விசிறியடித்தான். தீ அடங்காமல் எரிய, சந்திரன் ஆம்புலன்சுக்குப் போன் செய்து வீட்டுக்கு வேன் வருவதற்குள் முக்கால்வாசி எரிந்து முடித்திருந்தாள் பானுமதி.

ரப்பர் ஷீட்டில் படுக்கவைக்கப்பட்டிருந்த பானுமதியின் உடம்பெங்கும் தீ தன் ஆவேச நடனத்தினை அரங்கேற்றியிருந்தது. தீ அணைக்க முயற்சி செய்த சந்திரன் உடம்பிலும் அங்கங்கே காயங்கள். முதல் உதவி எடுத்திருந்தான். உயிருக்குப் போராடும் பானுமதியை ஒருமுறை சென்று பார்த்தவன்தான். புருவங்கள் எரிந்து இமைகள் உருகி வழிந்திருக்க வெறித்த விழியில் பொசுங்கிய கேள்விகள் சந்திரனைச் சாகடித்தன. போலிசிடம் மரண வாக்குமூலத்தில் தெள்ளத் தெளிவாகச் சொல்லிவிட்டு இறந்து போனால் பானுமதி. சந்திரன் கைது செய்யப்பட்டு கோர்ட்டில் நிறுத்தப்பட்டான். அவன் சார்பாக வாதாட வக்கீல் ஏற்பாடு செய்திருந்தும் உயிர்போகும் நிலையில் ஒருவர் கூறும் வாக்குமூலத்தில் இருக்கும் உண்மையின் அடிப்படையில் நடந்த வழக்கின் முடிவில் சந்திரனுக்கு ஏழுவருடம் சிறைத்தண்டனை வழங்கப்பட்டது. தீர்ப்பு வழங்கப்பட்ட அன்று கையில் விலங்குடன் வேனில் ஏறுவதற்கு முன் சந்திரனின் கண்கள் நீதிமன்ற வளாகம் முழுதும் வில்சனைத் தேடி ஒய்ந்தன.

வில்சன்–

கெட்டிமேளம் முழங்க பானுமதியின் கழுத்தில் சந்திரன் தாலி கட்டியதை நிறைந்த திருமண மண்டபத்தின் கடைசி இருக்கையில்

அமர்ந்தவாறு பார்த்துக்கொண்டிருந்தான் வில்சன். கையில் ஒரு கிப்ட் பார்சல் இருந்தது. மணமக்களிடம் கவர் தந்து, பரிசு கொடுத்து, கை குலுக்கி அனைவரும் விடைபெற்றுக்கொண்டிருக்க மேடையேறிய வில்சனைப் பார்த்து பெரிதாய் சிரித்தான் சந்திரன். இதழின் கடைக்கோடியில் சிறு புன்னகை மட்டும் உதிர்த்த வில்சன் இருவரிடமும் பொதுவாய் பார்சலை நீட்டினான். பெற்றுக்கொண்டு போட்டோவுக்கு போஸ் தர தன் அருகில் வில்சனை நிற்கவைத்த சந்திரன் போட்டோகிராபரைப் பார்த்து மிக சந்தோசமாய் சிரித்துக் கொண்டிருந்தான். 'கிளிக்'

கரையோரமாய் ஒதுங்கியிருந்த கட்டுமரம் ஒன்றில் அமர்ந்திருந்தான் சந்திரன். அவன் மடியில் தலைவைத்துப் படுத்திருந்தான் வில்சன். கட்டுமரமெங்கும் விரவியிருந்த மீன் கவுச்சியுடன் கடல்காற்று விளையாடிக்கொண்டிருந்தது. 'வீட்டுக்குப் போகவே புடிக்கலடா... எதுக்குடா கல்யாணம் பண்ணினோம்னு இருக்கு... எரிச்சலா வருது... பக்கத்துல படுத்தாலே அவ்வளோ கொதிப்பா இருக்கு... ஏண்டா சாப்புடுறோம், ஏண்டா படுக்குறோம்னு இருக்கு... சுத்தமா தூக்கமே கெடையாது இப்பல்லாம். விடிய விடிய முழிச்சிக்கிட்டு இருக்க வேண்டியதாயிருக்கு... ஏண்டா இப்பிடி... எப்படா முடியும் இதெல்லாம்...' சந்திரனின் குரலில் இயலாமை பெருகி வழிய. 'முத்தம் குடுறா' என்றான் வில்சன் நேரான பார்வையில். சந்திரனின் விரல்கள் வில்சனின் தலையைக் கோதியவண்ணமிருக்க அலையின் மீதான நிலவின் நிழல் சிறு சலனமுமின்றி உறைந்து நின்றிருந்தது.

மிக வியர்வையுடன் நிமிர்ந்தான் சந்திரன். பானுமதி களைத்திருந்தாள். அவளை விட்டு விலகி அறையிலிருந்து வெளியேறினான். வாசல் கதவைத் திறந்து தெருவில் இறங்க சோடியம் வேபர் வெளிச்சத்தில் படுத்திருந்த தெரு நாய் ஒன்று விருட்டென்று எழுந்து ஓடியது. செல்போன் எடுத்து பெயர் தேடி அழுத்தினான். எதிர்முனையில் சுவிட்ச் ஆப் என்று பதில் வந்தது. தெருவில் நடந்துகொண்டிருந்தான் சந்திரன். செகண்ட் ஷோ சினிமா முடிந்து மக்கள் சலசலத்து பேசியபடி திரும்பிக்கொண்டிருந்தனர். பஸ் ஸ்டாண்ட் வந்தான். ஒரு கதவு மட்டும் திறந்திருந்த டீக்கடையில் டீகுடித்துவிட்டு பஸ் ஸ்டாண்டில் காத்திருந்த பயணிகளைக் கவனித்தவாறே அங்கிருந்த நாற்காலியில் அமர்ந்தான். மறுபடியும் செல்போன் எடுத்து பெயர் தேடி அழுத்த சுவிட்ச் ஆப். நீளப் பெருமூச்சுவிட்டவன் கண்களில் கண்ணீர் கசிய துடைத்துக்கொண்டான். நிசிக்காற்றில் சன்னமான

பைத்திய ருசி

குளிர் ஊசியாய் இறங்கிக்கொண்டிருந்தது. விடியற்காலையில் எழுந்து குளித்து ஈரக்கூந்தலில் சுற்றிய டவலுடன் வீட்டுவாசலில் சாணம் கரைத்துத் தெளித்துக்கொண்டிருந்த பானுமதி, சிவந்த கண்களுடன் வீட்டுக்குள் நுழைந்த தன் கணவனைப் புருவ முடிச்சோடு பார்த்தாள்.

அறையெங்கும் வெப்ப அலையடித்தது. சுவரில் வில்சனின் முகம் மோதி மோதித் திரும்பிக்கொண்டிருந்தது. இந்த இரவுக்குள் இது நிகழாவிட்டால் விடிகாலையில் நாம் இறந்துவிடுவோம் என்பதுபோல் இயங்கிக்கொண்டிருந்தான் சந்திரன். நாசித்துளைகளில் வில்சனின் வாசனையைத் தேக்கி வைத்திருந்தான். வில்சனின் சிரிப்பு மின்னி மின்னி கண்களில் இறங்கிக் கொண்டிருக்க, இறுகியிருந்த விரல்களின் நுனிகளில் வில்சனின் மார்பு ரோமங்கள் படம் வரைந்து கொண்டிருந்தன. கண்கள் செருகி உதடு கடித்திருந்த பானுமதி தன்மேல் கவிழ்ந்து இயங்கிக் கொண்டிருந்த கணவனின் கண்கள் அத்தனை இருட்டிலும் அவ்வளவு இறுக்கமாய் மூடியிருந்ததைக் கவனியாமல் கிடந்தாள்.

அவர்கள் அமர்ந்திருந்த டேபிளுக்கு மட்டும் வெளிச்சம் தெரியும்படி மிகத் தாழ்வாக ஒரு லைட் தொங்கவிடப்பட்டிருந்தது. ஆழமாக புகையை உள் இழுத்தான் வில்சன். சந்திரனின் முகத்தில் ஊத புகையினை சுவாசித்தவன் வெடித்து சிரித்தான். மூன்றாவது பியர் பாட்டிலைக் காலிசெய்து முடித்திருந்தான் வில்சன். டேபிள் எங்கும் நிறைந்திருந்த பக்கத் தீனிகளைக் கொறித்துக் கொண்டிருந்த சந்திரனின் முகத்தில் சந்தோஷம் ஊறியிருந்தது. லேசான தள்ளாட்டத்துடன் எழுந்த வில்சன் சந்திரனின் தோளில் கை வைத்து கன்னத்தில் முத்தமிட்டு 'சியர்ஸ் மை பர்த்டே பேபி' என்றான் குழறலாய். அன்றிரவு வில்சனின் அறையில் புத்தம் புதிதாய் சந்திரன் பிறந்தபோது அடிவயிற்றில் இரு கைகளையும் கோர்த்துக்கொண்டு சுருண்டு படுத்திருந்தாள் பானுமதி தன் படுக்கையில் விரிக்கப்பட்டிருந்த போர்வையின் ஒரு பகுதி கசங்காமல் இருந்ததைக் கவனித்துக் கொண்டே.

வில்சன் வேலை பார்க்கும் லாட்ஜில் உள்ள அறை ஒன்றின் கட்டிலில் படுத்திருந்தான் சந்திரன். அருகில் தலை குனிந்து இரு கைகளையும் கோர்த்தபடி வில்சன் அமர்ந்திருக்க, 'நேத்து ஒரு முக்கியமான இன்ஜெக்சன் போடணும்டா.... அதுக்காகத்தான் போனோம். இல்லைலன்னா நேத்தி வந்துருப்பேன்' என்றான் ஏக்கமான குரலில்

சந்திரன். வில்சன் எதுவும் பேசாமல் மௌனமாய் சிகரெட்டைப் பற்றவைத்தான். படுத்திருந்த சந்திரன் எழுந்து மண்டியிட்டவாறே வந்து வில்சனை அணைத்துக் கொண்டான். 'நான் மாறல... நான் மாறணும்னா அதுக்கு நான் சாகணும்... புரிஞ்சிக்கடா... கொஞ்ச நாள் பொறுத்துக்கோ...' அறையெங்கும் புகைப்பாம்புகள் நெளிந்து இணைந்து வளைந்து பிரிந்து கலைந்து கொண்டிருந்தன.

அண்ணகர்

உடம்புரித்து நெளியும் நடனம்

வெயிலில் காய்ந்து காணாமல் போன அக்காவின் உள்ளாடையைக் கடைசிவரை என் பள்ளிப்பையில் கண்டுபிடிக்கவில்லை யாரும். பீக்காட்டில் நிகழ்ந்த நாடகத்தில் ஓர் ஊரில் ஒரே ராணி. மரங்கள் தழுவிய நடனம் காற்றில் விசிறியாடிய ஆடைகள் சுழன்று சுழன்று உடுத்தியிருந்த அக்காவின் தாவணி பாவாடை பூக்குடையாய் நிலத்தில் விரிந்த கணத்தில் மேலே வந்து மூடியது சாராய மூச்சின் அழுத்தம். காடு அதிர்ந்த காம வேட்டை முடிவில் பெண்ணாய் பிரயோகித்தவன் வனம் முழுவதும் வலி தந்து விலகினான். பின்பு காடு தாண்டுதல் எளிதாயிற்று. நிலம் நீங்குதலும்.

இட வலம் மறந்து மத்தியில் மிதந்து கொண்டிருந்தது தலை வகிட்டுப் பாதை. குளியலறைச் சுவர்களெங்கும் விரிந்த நெற்றிகளில் ஒட்டப்பட்டன வட்டப்பொட்டுகள். திக்குத் தெரியாமல் அலைந்து திரிந்தன ஹார்மோன் நாகங்கள் விஷப்பற்கள் பதித்தபடி. கொண்டாட்டம் விரும்பிய உடம்பின் அசைவுகள் இரகசியமாய் இசைக்கப்பட்டன. கண்களிடுக்கில் கத்தி பதுக்கியவர்கள் உடம்பினை இரண்டாய் பிளந்தபடியே நகர்ந்தனர். வெகு இயல்பாய் தோளில் படியும் சில உள்ளங்கை நரம்புகளின் வழி பாய்ந்த மின்சார நீச்சலினை எதிர்கொள்ள திராணியற்று கண்கள் நிலம் குடைந்து சென்றுகொண்டே இருந்தன. இது எப்போது முடியுமெனத் தெரியவில்லை. எப்படி முடியுமெனத் தெரியவில்லை.

பெரியதான இவ்வுலகில் ஓர் உடம்பை மறைத்து வைத்தல் அத்தனை சுலபமல்ல. சர்ப்ப பாதை வரைந்த பாதங்களில் மருதாணி உயிர் வழிய இருளில் மை பூசிய இமைகளின் மேல்

கணேசகுமாரன்

பொருந்தா உடல் மூடிய கணங்களில் சுய உடல் உரித்த பருவமது. ஓர் உடம்பு இன்னொரு உடம்பினைத் துரத்தியது. துரத்திய உடம்பு அத்தனை அழகாயிருந்தது. ரோஸ் நிற நகங்கள் நிரடிய மார்புக் காம்புகளைச் சுற்றிலும் மஞ்சள் வண்ண வீக்கம். புது உடம்பின் தோல் வளர்ந்து மூடியது வெறுப்புடலின் அடையாளக் குறிப்பினை. இருந்த உடம்பைச் சுமக்கும் இருக்கும் உடம்பு எவர் கண்களுக்கும் தெரியாமல் பின்னிய வலை கொஞ்சம் கொஞ்சமாக நைந்து வந்தது. கனவுகளில் கூடிய வெட்கம் பின்னிய நடை ஆளரவமற்ற பாலைகளில் நிகழ்ந்தது. அந்தியின் நிறம் மெல்ல ஏறிக்கொண்டிருந்தது உடம்பில்.

பிறப்புடல் தொலைப்பதெனத் தீர்மானித்த இரவில் அடிவயிற்றில் தொடங்கிய சூழாங்கற்களின் பயணம் முடிவடையாது நீண்டது. ஒவ்வொரு நொடியிலும் கூர் வாளிருந்தது. நரம்புகளில் பஞ்சடங்கிய குருதி மறந்த இரு வெற்றுசதை உருண்டைகள் ஓட்டிக்கொண்டு விழ மறுத்தன. ஓர் ஆதரவு தேடிய உடம்பினை அணைத்த கைகளில் பாதுகாப்பிருந்தது. கூடவே ரோமங்கள் அடர்ந்திருந்தன. இறுக்கிய கைப்பிடிக்குள் அடங்கத் துடித்த உடம்பின் கண்ணியினை ஏழு கடல்கள் தாண்டி ஒளித்து வைத்திருந்தார்கள். சுருள் சிகையும், அடர் மீசையும், சின்ன சிரிப்பும் துரத்திய நிலமெல்லாம் முளைத்தவெறுப்புடலின் அருவருப்பு. உறுத்திய உடைகள் உதிர்த்து வானம் அணிந்த இரவில் தோள் தொட்டுத் திருப்பிய கைகளுக்குள் அடங்கிய உடம்பின் உதடுகளில் படிந்த அவனது உதடுகள் உறிஞ்சிப்பகிர்ந்த நீரின் தித்திப்பில் புதிதாய் சில நட்சத்திரங்களும் சூரியன்களும். அவனின் மேலுதடு மூடிய மென்மயிர் கற்றைகள் உடம்பெங்கும் அசைந்தன. கனவுகளைத் துரத்திய உடம்பு இப்போது நிஜமாய் அழுந்திப் புரட்டியது. கொழுப்படர்ந்த சதையினைப் பற்றியிழுத்து அணைத்த முடியடர்ந்த முரட்டு மார்பின் வியர்வைத் துளிகளைத் தின்று தீர்க்க யுகங்கள் பல ஆயின. நான் விரும்பிய எனது உடம்பிற்கான முதல் அங்கீகாரம் எனக்கு விருப்பமான உடம்புடன் அவ்வாறுதான் நிகழ்ந்தது.

பெருமிதத்தில் விம்மிய உடம்பு தன்னைக் கிழித்துக் கொடுத்தது வலியின் முழுமையுடன். சதைப்பற்றான உள்ளங்கை உடம்பெங்கும் மேய்ந்து அழுந்திட கண்ணீர் உடைந்த கணம். பல் கடித்துப் பொறுத்துக்கொண்ட என் அசைவுகளின் வாதை மூளை நரம்புகளில் படிந்து ஞாபகமானது. ஞாபகமாக மட்டுமே ஆளது வலி. உணர்வின்

தவறு உடம்பின் தவறினை ஏற்றுக்கொண்டது. சூரியனைக் கடந்தது சிரமமென்றிருந்தது போக இப்போது நிலாக்களைத் தொலைத்தல் எளிதாக மறுத்தன. குளிரில் விறைத்து சாகத்தொடங்கின புதிர் கைகள் அறிந்த ரகசியங்கள். அடர் பௌர்ணமிகளில் வாசனை மாறிய மூச்சில் உளமத்தம் பூக்களின் இருப்பின் துரத்தல். சாம்பல் மணத்தைக் கடக்க முடியாமல் திணறிய நிசியில் என் விரல்களில் நிராசையோவியங்கள். இறுகிய சதைக்குதிரையாய் அலட்சியமாய் வருகை தரும் ரோமங்கள் அடர்ந்த உடம்புக்கு முன்னால் பதறித் துடிக்கிறது பதுக்கி வைக்கப்பட்ட இவ்வுடம்பு. ஓர் அன்பை, காதலை, ஆறுதலை உள்ளங்கைக்குள் அடக்கிவிட முடிந்தால் எத்தனை நன்றாயிருக்கும். உள்ளங்கைக்குள் அடங்கத் துடித்த காதல் என்னுடையதாக மட்டுமே இருந்தது.

நெற்றி, கன்னம், மோவாய் பள்ளம் எங்கும் எழுதி விலகிய உதடுகளின் நிகோடின் ருசியினை சேமித்து வைத்து சுவாசிக்க வேண்டியதாயிருந்தது. முதுகு வியர்வையினில் என் பெயர் எழுதி அழித்து எழுதி விளையாடிய ஆட்டத்தின் ருசி அவன் தோல் தாண்டி இறங்கவில்லை. என் முதுகெலும்புத் துளைகளில் அவன் விரல்கள் நுழைத்து இசைத்திருந்த இசை சூரியன் தொடங்கி சூரியன் வரை பரவியிருந்தது. எல்லாக் கனவுகளிலும் எழுப்பினான் என்னை. அகால இரவுகளில் நெளிந்த என் பாதையினைக் கண்டவன் கண்களில் முதன்முறையாய் கேள்வி நெளிந்தது. அவனது குரல், உடல், விரல்கள் செய்திருந்த மாயாஜாலங்களை முற்றும் தின்று செரிக்குமுன்னரே ஏதோ நிகழக் கூடாதது நிகழ்ந்தது. விலகியதை உணரவே எனக்கு மரணம் தேவைப்பட்டது. அவசர அவசரமாய் அவன் ரேகைகளை சேகரித்தேன். தப்பு நிகழ்ந்துவிட்டதா?

அப்போது என்னுடம்பில் காதலுடன் கவிழ்ந்த கண்களில் இப்போது பெரு நிராகரிப்பு. ஓர் அலட்சியத்தில் சிதறிய அங்கீகாரத்தின் முடிவில் தனிவனத்தில் மிதந்த உடம்பெங்கும் மென்மயிர் வருடிய வாசனை கடந்ததொரு ரணக் கோடுகள். எனது நிர்வாணப் பதற்றங்களைக் கடந்து சென்ற இகழ்ச்சியூறிய கண்களைத் தாளமுடியாமல் தவித்தது உடம்பெங்கும் நிறைந்திருந்த அவனது பிசுபிசுப்பு. பின்தொடர்ந்த பாதைகளின் முடிவில் கண்டதுதான் நிலத்தினைப் பெயர்த்து உள்வாங்கியது என்னுடம்பின் நடுக்கத்தினை. மோகமாய் மேல் விழுந்த உதடுகள் இப்போது வரைந்து கொண்டிருந்தது வேறொரு உடம்பில் காமச்சித்திரங்களை.

அந்த உடம்பில் இருந்தது இந்த உடம்பில் இல்லை. அந்த உடம்பில் இல்லாதது இந்த உடம்பில் இருந்தது. அது மட்டுமே எனது உடம்பாக இருந்தது. அவன் கைகள் படர்ந்த இடங்களெல்லாம் மூளையில் புரண்டன. என் உடம்பின் உறுத்தலை அதி ஜாக்கிரதையாய் தவிர்த்திருந்தான். அவனுக்குள் சிறைப்பட்ட என் உடம்பின் தேர்ந்தெடுத்த பாகங்கள் என்னைப் பிறிதொரு பிறவியாய் மாற்றியிருக்க அங்கீகாரம் என்று நினைத்து நான் மகிழ்ந்ததெல்லாம் அவனின் எச்சரிக்கை உபாயங்களினால் நொறுங்கிச் சிதைந்தன.

பைபிள் – மத்தேயு:19 வசனம்:12

"தாயின் வயிற்றிலிருந்து அண்ணகர்களாய்ப் பிறந்தவர்களும் உண்டு. மனுஷர்களால் அண்ணகர்க ளாக்கப்பட்டவர்களும் உண்டு. பரலோக ராஜ்யநிமித்தம் தங்களை அண்ணகர்களாக்கிக் கொண்டவர்களும் உண்டு. இதை ஏற்றுக்கொள்ள வல்லவன் ஏற்றுக்கொள்ள கடவன் என்றார்"

தண்டவாளத்தில் விரைந்துகொண்டிருந்தது இரத்தக் கோடொன்று. தோலின் மீது படிந்த கத்தி மெல்ல அழுந்தி சற்றே வேகமாய் நரம்பின் மீது தடவி மூச்சிறுக்கி இறங்கியதில் இடது கையினால் இழுத்துப் பிடித்திருந்த அது தன் தொடர்பினை இவ்வுடம்பிலிருந்து விடுவித்துக் கொண்டது. ஆசனவாய் வழியே மூளையின் நியூரான்களில் படிந்து விரட்டத்துவங்கியது வலி. இருள் அப்பிய தண்டவாளப் பாதையில் ஓடிக்கொண்டிருந்த உடம்பில் எவ்விதத் தடையுமில்லை. தூரத்தில் இரயில் வரும் சத்தம் மங்கலாய் செவியில் விழ, தடுமாறிய கால்களை நிலைநிறுத்திச் செல்ல மிகுந்த பிரயாசைப்பட வேண்டியிருந்தது. தொடை வழி பெருகிய குருதி உள்ளங்காலில் படிந்து சரளைக் கற்களிலும் மரத் தடுப்புகளிலும் கால் அச்சுப் பதிந்து பதிந்து விலகியது. இந்த மரணத்திற்கு சாட்சியாய் எதையும் நிறுத்த விரும்பவில்லை. நிலா இல்லை. காற்று தன் வாய்பொத்தி ஒடுங்கியிருந்த நிசி. இருள் தன கண்களை மூடிக்கொண்ட கணத்தில் மயக்கமுற்று சரிந்தேன். இரும்புத் தண்டவாளம் தலையணையாய் மாற இரு கால்களையும் அகல விரித்திருந்தேன். மேலும் மேலும் காட்சியைப் பெரிதாகிப் பார்த்தது கண்களெங்கும் கருப்பு அப்பிய ஆகாயம்.

இப்போது என் நிர்வாணம் வானமாயிருந்தது. எதுவுமற்ற நிர்வாணம். இதழோரத்தில் சிரிப்பு வழிந்தோடியது. என் மண்டைக்குள் சூடாய் ஒரு முத்தம் பளிச்சென்று இறங்கிட வலது கைக்குள் சிக்கியிருந்த அவன் பின்னந்தலை முடியினை பலம் கொண்ட மட்டும் இழுத்தேன். உச்ச வலியில் இமை செருக மிகப் பெரும் சத்தத்துடன் ரயில் சக்கரம் என் கபாலத்தினை நொறுக்கி நகர்ந்தது. அடுத்த சக்கரத்தில் சிக்கிய கண்களைத் தண்டவாள இரும்பில் வைத்துத் தேய்த்தது. என் உடம்பு சற்றே கோணலாக கால்கள் சக்கரத்தில் சிக்கிக்கொண்டு ரயிலினூடே இழுத்துச் செல்லப்பட்டது. தன் வெறி தீர உடலைக் கொண்டு சென்ற ரயில் சலிப்புற்று உதற இடது உள்ளங்கை தன இறுக்கத்தை மெல்ல விடுவித்து ரகசியப் பிறப்பினை உலகுக்குக் காட்டியது. எவ்விதச் சேதாரமுமின்றி முழுமையாக இருந்தது நான் என்னிலிருந்து நீக்கியிருந்த இயக்கமற்ற குறி.

ஆதியில் ஓர் அணு இருந்தது

எவ்வித அடையாளமுமின்றி ஒரு துளியாயிருந்த அணுதான் சிறு துளை துளைத்துக்கொண்டு நீந்திச் சென்ற பாதையில் கலந்த இன்னொரு அணுவிடம் முட்டி மோதிப் பயணப்பட்டு பத்திரமாக ஒரு சதைப்பையில் பாதுகாப்பாய் அமர்ந்து கொண்டன இரண்டணுவும் ஒன்றெனக் கலந்து. அப்போதும் எவ்வித அடையாளமுமில்லை. அடையாளமின்றி 56 நாட்கள் அப்பாதுகாப்பு நீரில் வாழ்ந்த கருவென்ற பெயர் தாங்கி பசியெடுத்துத் திணறி உயிர் தின்று வளரத் தொடங்கிய உயிரின் ஒன்பதாவது வாரத்தில் முளைத்த அடையாளம் கண்டு அதிர்ந்தது கரு.

பதினோராவது வாரம் மிகச்சிறிய இரு விரைகளும் நெருப்பின் சுவடு பதிந்த நீளமான மின்னல் கோடும் தெரிந்ததைக் கண்ட கருவின் உயிரில் நடுக்கம். கை கால்களினால் தன்னை சுருக்கி மறைத்துக் கொண்டது. உலகம் காண அச்சமுற்ற கருவின் கதறல் எச்செவிகளுக்கும் விழவில்லை. இந்தச் சிக்கலான உடல் நீக்க உள்ளிருப்புப் போராட்டம் நிகழ்த்தியது. அதிக நாட்களுக்கு நீடிக்கவில்லை அதன் போராட்டம். மிகச்சரியாக அந்த அணு தனது 270 வது நாளில் மிகப் பாதுகாப்பாய் உணர்ந்த அதன் உலகம் விட்டு நழுவி மிகப்பெரிய அலறலுடன் இப்பூமியில் ஆண் மகவாய் அடையாளம் பெற்று விழுந்தது.

அக்காக்களின் கதை

பள்ளிக்கூடம் முடிந்து வீட்டுக்கு வந்து வீட்டுப்பாடம் எழுதிவிட்டால் போதும். கௌரிக்கா, விஜிக்காவுடனும் விளையாட வாசலில் உக்கார்ந்துவிடலாம். புதிய ரோடும் பழைய ரோடும் பிரியும் இடத்தில் வீடு. அதனால் ப்ரச்னையில்லை. வாசலில் இருந்து ஐம்பதடி தூரத்தில் புதிய ரோட்டில் விரையும் வாகனங்கள்தான் எங்கள் விளையாட்டின் இலக்கு. நாகப்பட்டினத்திலிருந்து திருவாரூர் சாலையில் செல்லும் பஸ்கள் கௌரியக்காவுடையது. அதேபோல் திருச்சி, தஞ்சாவூர், திருவாரூரிலிருந்து வரும் பஸ்கள் விஜிக்காவுடையது. நான் கடைக்குட்டி செல்லப்பிள்ளை என்பதால் இருபுறமும் செல்லும் சைக்கிள்கள் எல்லாம் என்னுடையது. ஒரு மணி நேரத்தில் என் வாகனங்களின் எண்ணிக்கை எக்கச்சக்கமாகிவிட தினமும் நான்தான் ஜெயிப்பவனாகிவிடுவேன். ஜெயித்த என்னை சாக்குப்பையில் உட்காரவைத்து அதன் நான்கு முனைகளையும் அந்தப்பக்கம் கௌரியக்காவும் இந்தப் பக்கம் விஜிக்காவும் பிடித்துக்கொள்ள என்னைத் தூக்கிக்கொண்டு அருகில் உள்ள கடுவையாற்றுப் பாலம் வரையில் சென்று வருவது இரு அக்காக்களின் வாடிக்கை. வேடிக்கையும் கூட.

கௌரியக்கா பி.யு.சி. படித்துக்கொண்டிருந்த நேரம் அது. விஜிக்கா ஆறாம் வகுப்போடு பள்ளிக்கூடம் பக்கமே செல்லவில்லை. நான் நான்காம் வகுப்பு 'பி' பிரிவு. கௌரிக்காவின் ரெக்கார்டு நோட்டில் பல பூக்களின் குறுக்குவெட்டுத் தோற்றத்தோடு தவளை, கரப்பான்பூச்சிகளின் உடல்கள் அழகாய் வரையப்பட்டு பாகங்கள் குறிக்கப்பட்டிருக்கும். பார்க்கப் பார்க்க ஆசையாயிருக்கும். கௌரிக்கா

பைத்திய ருசி

காலேஜ் முடிந்தபிறகு அந்த நோட்டை நானே எடுத்துக்கொள்ள வேண்டுமென்று நினைத்தேன். கொஞ்சம் வளர்ந்தபிறகு அந்த எண்ணம் இல்லையென்றாலும் வேறுவழியின்றி இன்றுவரை அந்த ரெக்கார்ட் நோட் என்னிடம்தான் இருக்கிறது. அதற்கு ஒரே காரணம் அந்த நோட்டில் கௌரிக்கா கைப்பட எழுதியிருக்கும் பாடல் வரிகள்தான்.

நன்றாக ஞாபகம் இருக்கிறது. பாண்டியன் தியேட்டருக்கு கௌரிக்கா, விஜிக்காவுடன் நானும் சினிமாவுக்குச் சென்றிருந்தேன். 'தாவணிக்கனவுகள்' மேட்னி ஷோ. இடைவேளை முடிந்தவுடனே படத்தை நிறுத்திவிட்டார்கள். சரியான காரணம் புரியாமலே பதட்டமாய் தியேட்டரைவிட்டு வெளியேறினோம். தியேட்டரிலிருந்து ரயில்வே ஃப்ளாட்பாரம் கடந்து கீரைக்கொல்லைத் தெருவழியாக வந்தால் குறுக்குப் பாதை. அங்கங்கே மக்கள் கூட்டமாய் வீட்டு வாசலில் அமர்ந்தவாறு ரேடியோவில் செய்தி கேட்டுக்கொண்டிருக்க, அக்காக்களின் நடையில் வேகமிருந்தது. வீட்டுக்கு வந்தால் அம்மா அந்தக் கத்து கத்தியது. 'அப்படி என்ன ஓங்களுக்கு சினிமா வேண்டிக் கெடக்குது. இன்னைக்குதான் அந்தப் படம் வந்துச்சி... நாளுநாள் கழிச்சிப் பாத்தாதான் என்ன... இந்திரா காந்திய சுட்டுட்டாங்க... எங்க பாத்தாலும் கலவரமா இருக்குனு ரேடியோவுல கேட்டதிலேர்ந்து வயித்துல புளிய கரைச்ச மாதிரி இருக்கு. வயசுப் பொண்ணுங்கள வெளிய அனுப்பிட்டு வாசல வாசல பாத்துக்கிட்டு இருக்க வேண்டியதாயிருக்கு' கௌரிக்காவோ மிக நிதானமாய்ச் சொன்னது. 'ஞாயித்துக்கிழமை மறுபடியும் அந்தப் படத்துக்குப் போகணும்' அதுதான் கௌரிக்கா தைரியம்.

மூன்றுநாள் அரசாங்கம் துக்கம் கழிந்தபிறகு தியேட்டரில் படம் ஓடத் தொடங்கியது. சொன்னதுபோலவே ஞாயிற்றுக்கிழமை இரவுக் காட்சிக்கு கௌரிக்கா விஜிக்காவுடன் அம்மாவும் நானும் சினிமாவுக்குப் போனோம். இடைவேளையின்போது கௌரியக்காதான் என்னை முரளியண்ணனைப் போய் பார்க்கச் சொன்னது. எங்கள் வீட்டிலிருந்து நான்கு வீடு தள்ளி குடியிருக்கும் முரளியண்ணன் ஆண்கள் வரிசையில் அமர்ந்திருந்தார். சென்றதும் நான்கு சோளப்பொரி பாக்கெட் தந்தார். வாங்கிவந்து கௌரிக்காவிடம் தந்தபோதுதான் ஞாபகம் வந்தது. அன்று பாதிப் படத்தில் தியேட்டரைவிட்டு வந்தபோது எங்கள் பின்னாலேதான் முரளியண்ணனும் வந்துகொண்டிருந்தார்.

கணேசகுமாரன்

அப்போது எனக்கு ஒன்றும் புரியவில்லை. போகப்போகத்தான் புரிந்தது கௌரிக்காவையும் முரளியண்ணனையும் பற்றி. 'அந்த சிவகாமி மகனிடம் சேதி சொல்லடி... என்னை சேரும் நாள் பார்க்கச் சொல்லடி' என்ற பாட்டை எப்போதும் கௌரிக்கா முணுமுணுத்துக் கொண்டிருக்கும்.தெருவில் முரளியண்ணன் வரும்போது இந்தப் பாடலை வாய்விட்டே பாடும்.

சிறுவயதில் எனக்குப் புரியாமல் இருந்தது அக்காக்களின் உலகம் மட்டுமல்ல. அவர்கள் பேசும் பாஷையும்தான். முரளியைத் தெருவில் பார்த்துவிட்டாலே 'அயினந்த பொயினரிக்கி இயினங்கயே பாயினப்பான் பாரு' என்னும் கௌரிக்காவுக்கு 'செயினருப்பு எயினடுத்து காயினமிச்சா புயினரியும்' என்று பதில் சொல்லும் விழிக்காவின் சங்கேதமொழி நான் எட்டாவது படிக்கும்போது லேசாகப் புரிய ஆரம்பித்தது. புரிந்தாலும் பதில் பேச முடியாது. இப்போதுவரை கற்றுக்கொண்டுதான் இருக்கிறேன்.

அக்காக்களோடு நானும் வளர்ந்தேன். நான் ட்ராயரிலிருந்து பேண்ட்டுக்கு மாறிய வயதில், கௌரிக்கா டைப்படிக்க இன்ஸ்டிடியூட் செல்லும்போது சமயங்களில் நானும் உடன் செல்வதுண்டு. செல்லும் வழியில் முரளியண்ணன் சைக்கிளில் காத்திருப்பதும் கையில் சுருட்டிய டிம்மி ஷீட்டுடன் மாலை வெயில் முகத்தில் படிய தலையில் செருகிய ஒற்றை ரோஜாவுடன் கௌரிக்கா பேசிக்கொண்டிருக்கும் காட்சி அத்தனை ஈரமாய் இன்னும் நெஞ்சில் இருக்கிறது. விழிக்கா போல் கௌரிக்கா சிவப்பு இல்லை. மாநிறம்தான். கொஞ்சம் தடிமனான உடல் வேறு. இதுதான் கௌரிக்கா கல்யாணத்துக்குத் தடையாக இருந்ததா என்றால் அதையும் நிச்சயமாகச் சொல்லமுடியாது. கௌரிக்காவின் முகத்தில் நிரந்தரமாய்ப் படிந்துவிட்ட படிப்பு வாசனை வேறு வந்த மாப்பிள்ளை வீட்டாரை யோசிக்க வைத்திருக்கலாம். பெண் பார்க்க மாப்பிள்ளை வரவில்லை. மாப்பிள்ளையின் அம்மா, அப்பாவுடன் வேறு சில உறவினர்கள்தான் வந்திருந்தனர். காபி, கேசரி சாப்பிட்ட பின்பு ஊருக்குப் போய் லெட்டர் போடுகிறோம் என்றெல்லாம் சொல்லாமல் அப்பாவிடம் 'உங்க சின்னப்பொண்ணு ஜாதகம் குடுங்க' என்று கேட்டு வாங்கிப் போனவர்கள் பத்தே நாளில் பதில் சொன்னார்கள், கௌரிக்கா ஜாதகம் பொருந்தவில்லை, விழிக்காவை மணமுடிக்க விருப்பம் என்று.

பைத்திய ருசி

ரிடையர்மென்ட் பணத்தில் இரண்டு பெண்களின் திருமணத்தையும் முடிக்க நினைத்திருந்த அப்பாவுக்கு வேறு சாய்ஸ் இல்லாமல் போனது. ஒத்துக்கொண்டார். கௌரிக்காவுக்கு மாப்பிள்ளை தேடத் தொடங்கினார், இரண்டு கல்யாணத்தையும் ஒரே மேடையில் நடத்திவிடுவதான முடிவுடன். வீட்டில் பெரியவள் இருக்க இளையவளுக்குக் கல்யாணம் நடத்துவதா என்ற ஊராரின் உறவினரின் கேள்வி அப்படியே இருக்க விஜிக்காவின் திருமணம் நடந்தது. திருமணத்துக்கு முதல்நாள் மாப்பிள்ளை அழைப்பின்போதுதான் சின்னமாமாவைப் பார்க்க நேர்ந்தது. கரகரவென்று கண்ணீர் வழிய விஜிக்கா திகைத்துப்போய் நின்றிருக்க கௌரிக்காவிடம் பதட்டமில்லை. விஜிக்காவுக்கும் மாமாவுக்கும் இடையே குறைந்தபட்சம் பத்துவயதாவது வித்தியாசம் இருக்கும். விஜிக்காவின் மணப்பெண் அலங்காரத்தினை ரசித்துக்கொண்டிருந்த எனக்கு விஜிக்காவின் அழுகை புதிராக இருந்தது. கண்ணீரைத் துடைத்துக்கொண்ட விஜிக்கா 'இயினதுதான் என் தயினல எயினழுத்துன்னா அயினப்படியே நயினடக்கட்டும்' என்றது. இந்த நேரத்தில் கூட இப்படித்தான் பேச வேண்டுமா என்று எனக்குக் கோபமாய் வந்தது. அத்தனை சோகமாய் முகம் இறுகிப்போயிருக்க தாலி கட்டிக்கொண்ட விஜிக்காவின் முகம்தான் இப்போதும் அதன் கறுப்பு வெள்ளை கல்யாணப் புகைப்படத்தில் உறைந்திருக்கிறது.

விஜிக்காவுக்கு மூத்த மகளாய் சாந்தி பிறக்குமுன்பே கௌரிக்காவுக்குத் திருமணம் நிச்சயமாகிவிட்டது. படித்த பெண்தான் வேண்டும் என்று ஒற்றைக்காலில் நின்று நிச்சயம் செய்தார்கள் திண்டிவனத்திலிருந்து பெரியமாமா வீட்டுக்காரர்கள். கௌரிக்காவின் நிச்சயதார்த்தம் முடிந்து ஒரு வாரம் கழிந்த ஒரு நாளில் பள்ளிக்கூடத்திலிருந்து திரும்பிய சாயங்காலம் வீட்டுக்குள் நுழையும்போதே வாசலில் நாற்காலி மீது அமர்ந்தபடி கௌரிக்கா அழுது கொண்டிருந்தது. அம்மா சமையல்கட்டில் இருக்க எப்போதும் நான் பள்ளிப்பை வைக்கும் அறைக்குச் சென்றபோதுதான் கவனித்தேன். அறையில் இருந்த ஃபேனில் அம்மாவின் புடவை தொங்கிக் கொண்டிருந்தது. என் கழுத்துக்கு எட்டாத உயரத்தில் புடவையில் சுருக்கு போடப்பட்டிருந்தது. ஒன்பதாம் வகுப்பு படிக்கும் மாணவனுக்கு அது தூக்கு மாட்டிக் கொள்ளப் போடப்படும் முடிச்சு என்பது புரியாமலில்லை. ஆனாலும் எனக்கு அது அதிர்ச்சியாகவும் படவில்லை. அம்மாவுக்கும் கௌரிக்காவுக்கும் சண்டை, யாரோ ஒருவர் இந்தக் காரியத்தை மேற்கொண்டிருக்கிறார்கள் என்று மட்டும்

புரிந்தது. வாசலில் அமர்ந்து டீ குடித்துக்கொண்டிருக்கும்போது உள்ளே அம்மா ஸ்டூலை இழுத்துப்போட்டு ஏறி அந்தப் புடவையை அவிழ்த்து பீரோவில் வைப்பது தெரிந்தது. அன்றிரவு அம்மா சொன்னபடி கௌரிக்கா அறையில் படுத்துக்கொண்டேன். நீண்ட நேரம் லைட்டை அணைக்காமல் தன் பழைய ரெக்கார்டு நோட்டில் எழுதிக்கொண்டிருந்தது. மறுநாள் அக்கா இல்லாத நேரமாக அந்த நோட்டினைப் பிரித்துப்பார்க்க வெற்றாயிருந்த பக்கங்களில் எல்லாம் 'அந்த சிவகாமி மகனிடம் சேதி சொல்லடி என்னை சேரும் நாள் பார்க்கச் சொல்லடி' என மட்டுமே திரும்பத் திரும்ப எழுதியிருந்தது. ஒரு காதல் மற்றும் தற்கொலை முயற்சிக்கு சாட்சியாய் அந்த நோட்டு இன்னமும் என்னிடம் இருக்கிறது.

திண்டிவனம் மாமா மிகப் பெரிய பணக்காரக் குடும்பத்தைச் சேர்ந்தவர். மாமாவுடன் உடன் பிறந்தவர்கள் நான்கு பேர். பெரியமாமா தன் நண்பருடன் சேர்ந்து ஒயின்ஷாப் ஏலம் எடுத்திருந்தார். மூத்த மருமகளாய் கௌரிக்கா அந்த வீட்டின் ராணியானது ஓர் உண்மை என்றாலும் அவர்களைவிட வசதியில் குறைவான எங்கள் குடும்பத்தின் மீது பெரிய மாமாவுக்கு ஓர் அலட்சியம் இருந்ததும் உண்மை. விஜிக்காவை சீர்காழியில் திருமணம் செய்து கொடுத்திருந்ததால் அடிக்கடி சென்று பார்க்க வசதியாயிருந்தது. விஜிக்கா திருமணமாகிச் சென்ற நேரம் சின்னமாமாவின் அம்மா வாதத்தினால் பாதிக்கப்பட்டு படுக்கையில் விழ அந்த அத்தைக்கு அத்தனை பணிவிடைகளையும் விஜிக்காதான் செய்ய வேண்டியிருந்தது. சின்னமாமா குடும்பம் அதிக வசதி இல்லையென்றாலும் நிலம் இருந்தது. மாடுகள் இருந்தன. அந்த நிலத்தின் மூலம் நெல் வந்தது. மாடுகளின் பால் தனி வருமானம் தந்தது. ஆனால் அத்தனை நிர்வாகத்தினையும் ஆறாவது மட்டுமே படித்த விஜிக்காவே பார்க்க நேர்ந்தது. நான் ப்ளஸ்டூ முடிப்பதற்குள் விஜிக்காவுக்கு சாந்தியும் சீதாவும் பிறந்துவிட்டார்கள். கௌரிக்காவின் முதல் குழந்தை அபார்ஷனாகிப்போக இரண்டாவது குழந்தையாய் தேவி பிறந்தாள். அடுத்த ஒரு வருட இடைவெளியில் ராஜி. பெரியமாமாவின் நண்பர் ஒயின்ஷாப் வியாபாரத்தில் நிறையப் பணம் கையாடல் செய்திருப்பது தெரியவர ப்ரச்னை வந்து தனக்கான பங்குடன் வெளியேறினார் பெரியமாமா. கொஞ்சநாள் ஃபைனான்ஸ் கொடுத்து வசூல் செய்து கொண்டிருந்தார். சரியான வருமானமில்லாத நிலையில் கௌரிக்காவின் வீட்டில் பூகம்பம் வெடித்தது. பெரியமாமாவின் சகோதரர்களுக்குள் ப்ரச்னை வந்து

பைத்திய ருசி

சண்டைபோட்டு எல்லோரும் தனித்தனியே பிரிந்து போனார்கள். பெரியமாமாவுக்கென்று தனியாய் பிரிக்கப்பட்ட சொத்து அவரின் முந்தைய பகட்டான வாழ்க்கைக் கடனின் வட்டிக்கே தீர்ந்துபோக காலச்சதுரங்க விளையாட்டில் பகடைக்காய்கள் திசைமாறின. விஜிக்காவின் மாமியார் இறந்துபோக சற்றே பெருமூச்சுவிட்டுத் திரும்பிய விஜிக்கா, தான், தன் குழந்தைகள், கணவன் என எளிமையான அமைதியான வாழ்க்கைக்குத் திரும்ப, படித்த, தைரியசாலியான, குடும்ப நிர்வாகத்தில் ஜொலித்த கௌரிக்காவோ வறுமை நிறைந்த சூழலை எதிர்கொள்ள நேரிட்டது.

காலம் யாருக்காகவும் எதற்காகவும் காத்திருப்பதில்லை. நான் கல்லூரியில் விஸ்காம் முடித்த கையோடு வேறு வேலை எதுவும் பார்க்கப் பிடிக்காமல் சினிமா விருப்பத்தில் சென்னைக்குச் செல்ல நேர்ந்தது. ஊரிலிருந்து சென்னைக்குச் செல்லும் வழியில் திண்டிவனத்தில் இறங்கி அவ்வப்போது கௌரிக்காவைப் பார்த்துச் செல்வதுண்டு. ஒண்டுக்குடித்தன வாடகை வீட்டில் தன் வாழ்வினைத் தீர்மானித்துக்கொண்ட கௌரிக்காவுக்கு நாற்பது வயதுக்குள் தலை முழுவதும் நரைத்துப்போனது. பார்வை மங்கியதில் கண்ணாடி போட்டுக்கொண்டு அப்பகுதியிலிருக்கும் குழந்தைகளுக்கு ஆங்கில டியூஷன் எடுத்து அதன் மூலம் கிடைத்த சொற்ப வருமானத்தில் உலை பொங்கியது. அத்தனை கம்பீரமும் குலைந்துபோன பெரியமாமா இரவு நேரக் காவல் பணிக்குச் சென்றார். குடும்பத்தின் மீது பெரும் பிரியமற்றுப் போனார். எப்போதாவது நாங்கள் செய்த உதவியும் கௌரிக்காவின் வறுமையின் சிறு கிழிசலைக் கூட தைக்க முடியாமல் திணறியது. வறுமைக்கு நேர்மாறாக அந்த வீட்டில் கல்வி இருந்தது. கௌரிக்காவின் மகள்கள் தேவியும் ராஜியும் போட்டிபோட்டுப் படித்து முன்னேறினார்கள். ஆனாலும் எவ்வித உறவுகளுமற்று அனுசரணைகளற்று பெரும் புயலடித்து யாருமற்ற தீவினில் ஒதுங்கிய சிறு கட்டுமரக் குடும்பமாய் திக்கற்று இருந்தது கௌரிக்காவின் வாழ்வு.

நான் சென்னையில் இயக்குனர் சரோலாமாவிடம் உதவி இயக்குனராய் பணியாற்றிக்கொண்டிருந்த நேரம். கடும் வேலைச்சுமையில் கிட்டத்தட்ட ஒரு வருடம் வீட்டுடன் சரியான தொடர்பில்லாமலிருந்தது. அரிதாக நான் ஃபோனில் அப்பாவுடன் பேசும்போதெல்லாம் நிறைய விஷயங்களைப் பகிர்ந்துகொள்ள முடியாத நெருக்கடி. முதல் ஷெட்யூல் முடிந்து

கணேசகுமாரன்

கிடைத்த இடைவெளியில் ஊருக்குச் சென்றபோது கௌரிக்காவின் வாழ்வில் வீசியிருந்த பெரும் புயல் என்னை அதிர்ச்சியில் தள்ளியது. பெரியமாமா கொலைப்பழி ஒன்றில் மாட்டியிருக்கிறார். தனி ஒரு மனுஷியாய் அவரை மீட்கப் போராடி போலிஸ் ஸ்டேஷனுக்கு அலைந்த கௌரிக்கா வேறு வழியின்றி முகம் முறித்துக்கொண்டு போன தன் கொழுந்தனார்களிடம் சென்று உதவி கேட்டிருக்கிறாள். ஸ்டேஷன் படியேற கௌரிக்காவின் தைரியம் உதவியிருக்கிறது. ஸ்டேஷனில் கொடுத்த தகவல் அறிக்கைகளைப் படித்து பதில் எழுதி கையெழுத்துப் போட அவளின் படிப்பு உதவியிருக்கிறது. குற்றப்பழியிலிருந்து தன் கணவனை மீட்டெடுப்பதிலேயே வாழ்வின் அத்தனை போராட்டங்களையும் சந்தித்து மீண்ட அக்கா தன் அத்தனை துயரங்களையும் தனக்குள்ளே மென்று தின்று ஜீரணித்திருக்கிறாளே தவிர எங்கள் யாரிடமும் இதனைத் தெரியப்படுத்தவேயில்லை. சின்னமாமா தன் வீட்டை இடித்து புதிதாய் மாடிவீடு கட்டியிருக்கிறார். அதன் கிரகப் ப்ரவேச விழாவிற்கு பத்திரிகை வைக்கச் சென்றபோதுதான் கௌரிக்காவின் வாதைகள் வெளியே தெரிய வந்திருக்கிறது.

நான் கௌரிக்காவினை சென்று பார்த்தபோது எவருக்கும் பேச வார்த்தைகள் இல்லை. பகிர்ந்துகொண்ட கண்ணீரின் இருப்பு தீர்ந்ததும் பெரியமாமா கடைக்குச் சென்று டீ வாங்கி வந்தார். ஒரு கார் ஷெட்டில்தான் அவர்களின் குடும்பமிருந்தது. மிகக்குறைந்த வாடகைக்கு இதைவிட மிகச் சிறந்த இடம் இந்த ஊரில் இல்லை என்பதை பின்பு பேசும்போது தெரிந்துகொண்டேன். கௌரிக்கா மகள்கள் இருவரும் நன்றாகப் படிப்பதையறிந்த அப்பள்ளியின் ஆசிரியை ஒருவர் மேற்கொண்டு படிக்க உதவிகள் செய்து வருகிறார். நடுங்கிய குரலில் கௌரிக்கா என்னிடம் சொன்னது 'யாருக்கும் எந்தப் பாவமும் நெனைக்காத எங்களுக்கு இப்படிக் கஷ்டம் வரும்போதெல்லாம் ஏதாவது ஒருவிதத்துல நல்லவங்க ஒதவி கெடச்சிட்டான் இருக்கு. மூணுவேளை சாப்புடறது ஒரு வேளையா கொறஞ்சாலும் அந்த ஒரு வேளை கஞ்சியைப் பயமில்லாம குடிக்க முடியல. ஓங்க மாமா ஸ்டேஷன் போன விஷயத்துல முப்பதாயிரம் கடன் அடைபடாம இருக்கு. அதை நெனச்சாதான் தூக்கம் தொலஞ்சி போகுது.'

அடுத்த ஒரு வருடம் எனக்கு வெவ்வேறு லொகேஷன்களில் ஷூட்டிங் தொடர்ந்தது. சினிமா மீதான எனது கனவுக்கு நான் தந்த

பைத்திய ருசி

அர்ப்பணிப்பு இயக்குனரை நெகிழச் செய்திருந்ததில் பூசணிக்காய் உடைத்து படப்பிடிப்பு முடிந்த மறுநாளே பெரும்தொகை தந்து என்னை ஊருக்கு அனுப்பிவைத்தார். முதல் காரியமாக திண்டிவனம் சென்று கெளரிக்காவின் கையில் முப்பதாயிரம் தந்தேன். அன்று யாரிடமோ கடன் வாங்கி பெரியமாமா வாங்கிவந்த அரைகிலோ ஆட்டுக்கறிக்குழம்பின் ருசி என் ஜென்மத்தில் அறியாதது. மதியம் சாப்பிட்டு முடித்து பின் பேசிக்கொண்டிருக்கும்போது பெரியமாமா கேட்டார் 'ஓங்க குலசாமி அய்யனார்தானே மச்சான்?'

ராசாங்கட்டளை கிராமத்தின் அய்யனார்கோவில் சித்திரைப் பெளர்ணமி உற்சாகம் பூண்டிருந்தது. காவடிகள் வரிசைகட்டி வந்துகொண்டிருக்க மாலை பூக்குழிக்கான நெருப்பு தகதகத்துக்கொண்டிருந்தது. கோவிலின் உள்ளே திணறிய கூட்டத்தில் ஒரு மூலையினை தேர்ந்தெடுத்து அம்மா, அப்பா, கெளரிக்கா, விஜிக்கா, சின்னமாமா அனைவரும் அமர்ந்திருந்தோம். சிறிது தூரம் தள்ளி பெரியமாமா மொட்டையடித்திருந்த தனது தலையில் சந்தனம் பூசிக்கொண்டு அமர்ந்திருந்தார். ஒரு சில்வர் பாத்திரத்தில் இடித்த பச்சரிசிமாவுடன் நெய்யூற்றி சக்கரை கலந்து மாவிளக்கு மாவு பிசைந்து கொண்டிருந்தனர் சாந்தியும் தேவியும். அருகில் நின்று கொண்டிருந்த என்னைப் பார்த்து 'மாமா… இந்த ஜக்குல கொஞ்சம் நல்லதண்ணி புடிச்சிட்டு வாங்க' என்றாள் சாந்தி. 'ஏய்… மாமா சினிமாவுல எவ்ளோ பெரிய ஆளு.அவரப்போய் தண்ணி எடுத்துட்டு வரச் சொல்றே.நாயினளைக்கு மாமா சியினனிமாவுல பெயினரிய ஆளா வயினந்துட்டா நயினம்மளையெல்லாம் கயிணண்டுக்குவாரோ என்னவோ…இயினப்பவே காயினக்கா புயினடிச்சி வெயினச்சுக்குவோம்' என்ற தேவியிடம் நான் பதில் சொல்லும் முன்பே 'ச்சீ.சும்மா இருடி. அது ஒண்ணுமில்ல மாமா நீங்க தண்ணி புடிச்சிட்டு வாங்க' என்றாள் சாந்தி. சிரித்துக்கொண்டே ஜக்கினை வாங்கினேன். கோவிலின் வெளியே சென்று தண்ணீர் பிடித்துக்கொண்டு திரும்பும்போது நடுவகிடு எடுத்து நீளமாக ஒற்றைச்சடை பின்னி தலைநிறைய மல்லிகைப் பூவும் கனகாம்பரமும் வைத்தபடி பட்டுப்பாவாடை தாவணி கட்டிய சாந்தியும் தேவியும் சிரித்தபடி மாவு பிசைந்து கொண்டிருந்ததை தூரத்திலிருந்து பார்த்தவாறே அவர்களை நெருங்கினேன். அக்காக்களின் கதை தொடர்கிறது.

சிக்னல்

திடுக்கிட்டு விழித்தேன். உடன் எழுந்து அமர்ந்தேன். அருகிலிருந்த செல்போனில் மணி பார்க்க 2 . 12 மணி வரையிலும் விழித்துக் கொண்டிருந்தது ஞாபகத்துக்கு வந்தது. முகத்தைத் தொட்டுப் பார்த்தேன். கன்னங்களில் கண்ணீர் காய்ந்திருந்ததை விரல்கள் உணர்ந்ததும் அடிவயிற்றில் சில்லென்று கத்தி நுழுவிட இதயத்துடிப்பின் வேகம் தன் முறையை மாற்றியிருந்தது. கனவில்தானே அழுதேன்? கனவில்தானே கிருஷ்ணன் செத்துப் போனான்? கிருஷ்ணன் செத்துக்கிடந்த காட்சி மழை கழுவிய பாறையாய் பளீரென மனதில் தென்பட மிக அனிச்சையாய் கண்கள் கலங்கி கண்ணீர் வழியத் துவங்கியது. அறைக்குள் அடர்ந்திருந்த இருட்டில் மிக லேசாக சுற்றிக்கொண்டிருந்த மின்விசிறி தெரியவில்லை. மெல்ல நகர்ந்து சுவற்றின் மீது சாய்ந்து கொண்டேன். கையில் இருந்த செல்போன் திரையில் கிருஷ்ணனின் எண்ணைத் தேடி காலிங் பட்டனை அழுத்த எதிர்முனையில் 'நீங்கள் தொடர்புகொள்ள விரும்பும் நபர் இறந்து சில நிமிடங்கள் ஆகிவிட்டன' என்றது இளமை நிரம்பிய பெண்குரல். பெருந்துக்கத்துடன் மனம் வெடித்தது. ஏன் செத்தான் கிருஷ்ணன்?

எப்போதும் சிக்னல் வந்துவிட்டாலே என் நடை நிதானமாகிவிடும். ஊரில் இத்தனை டென்சனான வாழ்க்கை கிடையாது. நகரத்தில் தனது உளைச்சலையும் அடுத்தவர் மீது திணித்துவிட்டு ஓடும் எந்திர வாழ்வில் சிக்னல்களில் எப்போதுமே நான் நிதானிப்பதுண்டு. மற்றொன்று என்னால் வேகமாய் மட்டுமல்ல. மிக மெதுவாய் கூட ஓடமுடியாது. ஐந்து வருடங்களுக்கு முன் நடந்த விபத்தில் சிக்கி மீண்டது மறுபிறவி. இடது கால்முட்டியின் சில்லுகள் தெறித்து

பைத்திய ருசி

அங்கே சில்வர் பட்டைகள் பொருத்தப்பட்டுள்ளன. மண்டையில் விழுந்த விரிசலில் மிகப் பலமான தையல் போடப்பட்டிருக்கிறது. காபி குடித்தால் ஒத்துக்காது. குமட்டும். மூளை கொஞ்சம் பாதிக்கப் பட்டிருக்கிறது என்றார் டாக்டர். என் மீது எந்தத் தப்பும் இல்லை. பஸ் டிரைவர் மீதுதான் எல்லா தப்பும் என்று சொல்லியும் டாக்டர் கேட்கவில்லை. மூளையில் உறைந்த ரத்தத்தை அகற்றுகிறேன் பேர்வழி என்று தெறித்த மண்டையை உடைத்தார். கொஞ்ச நாட்களுக்கு வலிப்பு வந்துகொண்டிருந்தது. எப்டாயின், பிரிசியம் 10 mg, கார்டினால் 60 என்று மாத்திரைகள் உற்ற நண்பர்கள் ஆனார்கள். அதிலும் கார்டினால் 60 மிகவும் பொசசிவ்னஸ். இரண்டு நாள் மறந்து விட்டால் போதும். மூன்றாம் நாள் மிகக் கொடூரமான வலிப்பினை வரவைத்து தன்னை ஞாபகப்படுத்தும் அளவுக்கு...ப்ச். கிருஷ்ணன் செத்ததை சொல்லவந்து நான் செத்துப் பிழைத்த கதையை சொல்கிறேன்.

கிருஷ்ணனுக்கு ப்ராய்லர் சிக்கன் என்றால் பிடிக்காது. மேச்சேரி சென்றுவிட்டால் பெரும்பாலும் இரவு சாப்பாடு ஓட்டலில்தான் இருக்கும். கிருஷ்ணன் எனக்காக நாட்டுக்கோழி ஆர்டர் சொல்வான். கிருஷ்ணனிடம் என் தாயைப் பார்த்திருக்கிறேன் அப்போதெல்லாம். அம்மா இருந்தபோது மார்கெட் சென்று நாட்டுக்கோழி வாங்கிவந்து அரிவாள்மணையில் தலையை அறுத்துவிட்டு துடிக்கத் தொடங்கும் கோழியின் உயிரை அலுமினிய அன்னகுண்டானில் போட்டு மூடி வைத்துவிடும். வேடிக்கை பார்த்துக் கொண்டிருக்கும் என்னை 'ஊட்டுக்குள்ள போடா...' என்று சத்தம் போட்டுவிட்டு சிறிது நேரம் அந்த அன்னகுண்டான் தரையிலே அங்குமிங்கும் நகரும். றெக்கைகளின் படபடப்பு அலுமினிய சுவற்றில் பட்டுத் தெறிக்க அசைவு அடங்கியதும் இறக்கைகளைப் பிய்த்துவிட்டு சுத்தம் செய்து கழுவி துண்டு துண்டாக கோழியை அரிவதை அருகிலிருந்தவாறு பார்த்துக் கொண்டிருப்பேன். கோழியின் சூடான உடல் வாசனை என் நாவில் எச்சில் ஊறவைத்தபடியிருக்கும். நான் கிருஷ்ணன் செத்ததை சொல்லவந்து கோழி செத்ததை சொல்லிக் கொண்டிருக்கிறேன்...பாருங்கள்.

அன்று அப்படித்தான். சிக்னலில் நின்றுகொண்டிருக்கும்போதுதான் கவனித்தேன். கிருஷ்ணனுக்கும் எனக்கும் பிடித்த நாட்டுக்கோழி ஒன்று சாலையில் எங்களோடு தயங்கி நின்றது. நான் பார்த்துக் கொண்டிருக்கும்போதே அறிவுகெட்ட கோழி மடத்தனமாய் ஒரு காரியம் செய்தது. பச்சை விளக்கு விழும் முன்பே சாலையைக்

கடக்க முற்பட, வேகமாய் விரைந்துகொண்டிருந்த கார்களில் சிவப்பு நிற ஆல்டோவும் இருந்தது. முதலில் அதன் சக்கரத்தில்தான் சிக்கியது. பிளாஸ்டிக் சத்தத்துடன் பட்டெனத் தெறித்து பின்னாலே வந்த ஜென்னில் மோதியது. அதற்குப் பிறகு அந்தக் கோழி மெல்ல ஒரு காலியான மினரல் வாட்டர் பாட்டிலாகவும் மெல்ல மெல்ல கிருஷ்ணனாகவும் மாறி மாறி அந்தப் பரபரப்பான நெடுஞ்சாலையில் சிக்கி சின்னாபின்னமாகிக் கொண்டிருந்ததை என்னால் பார்க்க முடியவில்லை. திடுக்கிட்டு விழித்து விட்டேன்.

2

தனபாலிடமிருந்து போன் வந்தது உடனே புறப்பட்டு வரச்சொல்லி. காரணம் கேட்க எதுவும் சொல்லவில்லை. இரண்டு நாட்களுக்கு முன் கிருஷ்ணன் போனில் என்னிடம் பேசிய வார்த்தைகளுக்குப் பிறகு கிருஷ்ணனைப் பற்றி நினைத்தாலே அந்த வார்த்தைகள்தான் ஞாபகம் வந்து கொண்டிருந்தது. அதற்கு முன்பெல்லாம் அவனின் கூத்து கட்டும் புன்னகைதான் நினைவுக்கு வரும். 'கிருஷ்ணனுக்கு என்னாச்சி' என்று பூடகமாய் நான் கேட்டதற்கும் தனபால் பதில் சொல்லவில்லை. பஸ் ஆம்பூர் தாண்டி திருப்பத்தூர் நோக்கிச் செல்லும்போது மனது கேட்காமல் கிருஷ்ணனுக்கு போன் செய்தேன். அன்று அவன் அப்படிபேசியபிறகு மறுபடியும் போனில் நானும் பேசவில்லை. அவனும் பேசவில்லை. கிருஷ்ணனாய் போன் செய்யட்டும் என்றுதான் விட்டிருந்தேன். இன்று தனபால் அழைத்ததும் புறப்பட்டு விட்டாலும் கிருஷ்ணனிடம் சொல்லாமல் மேச்சேரி செல்வது உறுத்தலாயிருந்தது. எப்போது ஊருக்குச் செல்வதாயிருந்தாலும் கிருஷ்ணனிடம் போனில் பேசி தகவல் தெரிவித்துவிட்டுத்தான் செல்வது. சமயங்களில் கோயம்பேடு பஸ் நிலையத்தில் தருமபுரிக்கு பஸ் ஏறும் முன்பு போன் செய்து கேட்டிருக்கிறேன். 'கம்பெனியில டைட் ஒர்க்... ரெண்டு நாள் கழிச்சு வா' என்றதும் பஸ் ஏறாமல் திரும்பியிருக்கிறேன். ஆனாலும் அந்த இரண்டு நாட்களில் பத்து முறையாவது போன் வந்துவிடும்.' என்ன எதுவும் பிரச்சனையா... பணம் எதுவும் தேவைப்படுதா..ஒருமுறை திருப்பித் திருப்பி இதையே கேட்டதும் கோபம் உச்சந்தலைக்கு ஏற, 'பணம்னா மட்டும்தான் ஒன்கிட்ட வருவேனா... பேசறதுக்கு எனக்குள்ளூ யாருமே இல்லாமத்தான் ஒன்னத் தேடி வரேன்..' என்று அழுததும் பின்பு அதைப் பற்றிப் பேசுவதில்லை.

49

பைத்திய ருசி

ரிங் போய்க்கொண்டேயிருந்தது. போனை யாருமே எடுக்காதது ஒருவித பயத்தையே உண்டாக்கியது. கண்களை மூடியதுமே கண்ணீர் பெருக பஸ்ஸில் சுற்று முற்றும் பார்த்துவிட்டு கண்ணீரைத் துடைத்துக் கொண்டேன். மேச்சேரியில் இறங்கியதும் தனபாலிடமிருந்து போன் வந்தது. பைக்கில் வந்து என்னை அழைத்துச் செல்வதாய் கூறிய தனபால் ஒருமணி நேரமாகியும் வரவில்லை. பஸ் ஸ்டாப்பில் நின்று கொண்டிருக்கும்போது தனபாலின் பைக்கை யாரோ ஒருவர் ஓட்டிக்கொண்டு வந்தார். தனபால் பைக்கின் முன்புறம் மயில் ராவணன் ஸ்டிக்கர் ஓட்டியிருக்கும். இதற்கு முன்பு பார்த்திராத அவர் அருகில் சென்று 'தனபால் வரலையா…' என்றதும், என்னைப் பார்த்ததும் 'ஓ…நீங்கதான் கருப்புசாமியா… தனபால் வெளியில கொஞ்சம் வேலையாப் போயிருக்காப்ல..நான் ராதா. பக்கத்தூர்தான். நீங்க வாங்க போவோம்…' என்றார். கிருஷ்ணனின் வீட்டினை நெருங்கும்போதே புரிந்துவிட்டது. பெருங்கூட்டமே கூடியிருந்தது. பைக் நின்றதும் மிக மெதுவாய்த்தான் இறங்கினேன். இதய படபடப்பெல்லாம் இல்லை. கால்களில் மட்டும் லேசான நடுக்கம்.

கலங்கிச் சிவந்த கண்களுடன் வேகமாய் வந்த தனபால் என்னைக் கண்டதும் வாய்விட்டு அரற்றியபடி என் தலையில் ஓங்கியயடித்தான். வலி சுரீரென்று மூளையைத் தாக்க வலிப்பு வந்தது எனக்கு.

லேசான விழிப்பிலேயே தெரிந்துவிட்டது உடல் துடிக்கத் தொடங்கியிருப்பது. இனிமேல் செய்வதற்கு எதுவுமில்லை. மூன்று நிமிடமோ நான்கு நிமிடமோ உடலின் ஒரு பாகம் முழுவதும் வெட்டி இழுத்துவிட்டுத்தான் அடங்கும். மனம் எல்லாம் உணரும் நிலையில் இருந்தாலும் எதையும் வெளிப்படுத்திவிட முடியாது. திறந்து விரிந்திருக்கும் வலது கண்ணில் மையாய் இருட்டு. எதுவும் செய்யமுடியாமல் உடம்பை அதன் போக்கிலேயே விட்டுவிட்டுக் கிடந்தேன். கொஞ்சம் கொஞ்சமாக அடங்கியது உடல். நீளநீளமான மூச்சுகள் விட்டபின் மிகத் தெளிவாய் தியான அமைதி மனதில் நிரம்ப உடல் நடுங்க எழுந்து அமர்ந்தேன். அப்போதுதான் தெரிந்தது, என் புட்டத்துக்கு அடியில் செல்போன் சிக்கிக் கிடப்பது. எப்போதும் அருகில் வைத்தபடிதான் படுப்பது. வலிப்பு வந்து உடல் வெட்டி இழுத்ததில் எப்படியோ போன் அங்கே போய்விட்டது. போனை எடுத்ததும் வெளிச்சம் தெரிய, கிருஷ்ணன் காலிங் என்றது திரையில்.

3

பஸ் விரைந்துகொண்டிருந்தது. கண்கள் கலங்கிய வண்ணமிருக்க மீண்டும் மீண்டும் அந்த வார்த்தைகளே ஞாபகம் வர, காதுக்குள் கிருஷ்ணனின் குரல் மிகத் தெளிவாய் கேட்டபடியிருந்தது. எல்லா நிறுத்தங்களிலும் மக்கள் கும்பல் கும்பலாய் ஏறிக்கொண்டிருக்க பஸ் நெரிசலில் பிதுங்கிக் கொண்டிருந்தது. எவனோ ஒருவன் முழு போதையில் ஏதேதோ அசிங்கமாய் சத்தம் போட்டுக் கத்திக் கொண்டிருந்தான். பஸ்ஸில் யாரும் அவனைக் கண்டிக்கவில்லை. கண்டக்டர் காதிலேயே விழாதது போல் அமர்ந்திருக்க கால் வைக்கக் கூட இடமில்லாமல் கூட்டம் நெருக்கியபடியிருக்க எனக்கு லேசாக மூச்சுத் திணறியது. நாலாபுறமும் அழுத்திக்கொண்டிருக்கும் மனிதர்களின் சுவாசங்களை மிகவும் கஷ்டப்பட்டு விலக்கி போதையின் உளறலைக் கடந்து கண்ணாடி வழியே சாலையைப் பார்க்க எதிர் திசையில் விரைந்துகொண்டிருக்கும் வாகனங்களைத் தாண்டி பிளாட்பாரத்தில் யாரோ படுத்திருப்பது தெரிந்தது. உற்றுப் பார்க்க கிருஷ்ணன் போர்வை போர்த்திப் படுத்திருப்பதும் அருகில் அமர்ந்தபடி தேம்பித் தேம்பி அழுதுகொண்டிருந்த என்னைக் கண்டதும் உறைந்தேன். இப்போது போட்டிருக்கும் இதே சட்டை, பேண்ட்தான். அருகில் எனது பேக். திடீரென்று ஞாபகம் வந்து நின்றுகொண்டிருந்த நான் என் பேக்கைத் தேட முயல சடார்ன் பிரேக்கில் நிலைதடுமாறி பஸ்ஸின் கம்பியில் நெற்றி வேகமாய் மோதியது.

4

பஸ்ஸிலிருந்து இறங்கியதும் மறுபடியும் செல்போன் சிணுங்கியது. கிருஷ்ணன். எடுத்து காதில் வைத்து பழக்கதோஷமாய் 'கிருஷ்ணா' என்றேன். கிருஷ்ணன்தான் பேசினான்.

'வந்துக்கிட்டுருக்கியா'

'ம்'

'எங்க வந்துக்கிட்டுருக்க'

'மேச்சேரி'

'எறங்கிட்டியா'

'ம்'

51

பைத்திய ருசி

'சரி… அங்கேயே இரு… வரேன்…'

குழப்பமாயிருந்தது. கிருஷ்ணனின் குரல்தான் அது. எப்படி முடியும் கிருஷ்ணன் இறந்தது எனக்குத் தெரியும். என்னிடம் சொல்லிவிட்டுத்தானே செத்துப்போனான். அவன் உடல் பார்த்துக் கதறி அழுதேனே. கன்னமெல்லாம் காய்ந்து கிடந்ததே அழுத கண்ணீர். இரவு போன் செய்து பேசினான். இன்று வரச் சொன்னான். நம்பிக்கையேயில்லை. என் மனத்தில்தான் பிரச்னை என்று புரிந்தது. கிருஷ்ணனிடமிருந்து அந்த வார்த்தைகள் கேட்டபின் என்னமோ ஆகிவிட்டது. அதுதான் மனம் போன போக்கில் சென்று கொண்டிருக்கிறேன். கடைசியாய் கிருஷ்ணனின் வீட்டையும், பேசிக்குழித்த கிணற்றடி மேடையையும், வழுக்குப் பாறைப் பதிவுகளையும், பெரியாச்சியம்மனின் காவல் குதிரையும் பார்த்துவிட்டு எங்கேயாவது போய்விடலாம் என்றுதான் புறப்பட்டு வந்தது. மிகச் சரியாய் மேச்சேரியில் இறங்கியதுமே போன் வருகிறது. கிருஷ்ணன் சொல்லி ஒரு மணி நேரமாகியும் வரவில்லை. பஸ் ஸ்டாப்பில் நின்றுகொண்டிருந்தபோது தனபால் பைக்கில் வருவது தெரிந்தது. சிரித்தபடி என் அருகில் பைக்கை நிறுத்திய தனபால் தோள் தொட்டு இறங்கியது… கிருஷ்ணன்தான். என் கால்கள் நடுங்கின. கலங்கிச் சிவந்த கண்களுடன் பாய்ந்து கிருஷ்ணனின் சட்டையைப் பிடித்தேன். உலுக்கியபடியே கத்தினேன். 'நான் செத்ததுக்கப்புறம் என்ன நெனச்சிப் பாப்பேன்னு சொன்னீல்ல… இப்ப பாத்தியா… நீ சாகல…நான் நெனச்சிக்கிட்டுருக்கேன்' கிருஷ்ணனின் கன்னத்தினை என் விரல்கள் வருடிய உணர்வு அப்படியே உறைந்து நின்றது. வேறு எதுவும் எனக்குத் தெரியவில்லை.

5

'இதை நாங்க பிரீப் சைக்கோசிஷ்னு சொல்லுவோம். தான் நேசிக்கிற ஒருத்தர் திடீர்னு இறந்துபோனாலோ அல்லது அதுபோன்ற மன நெருக்கடிக்கு ஆளானாலோ திடீர் நிகழ்வாய் இது மாதிரி ஆயிடலாம். உறவுகளை வெறுத்த கருப்புசாமிக்கு எல்லாமே நண்பர்கள்தான். கருப்புசாமியோட இன்பதுன்பங்கள்ல கூடவே வந்துக்கிட்டிருந்த கிருஷ்ணன்தான் அவருக்கு எல்லாமுமா இருந்திருக்காரு. அப்பேர்ப்பட்ட கிருஷ்ணன் ஏதோ சின்ன மன வருத்தத்துல சொன்ன வார்த்தைகள்தான் 'நான் செத்ததுக்கப்புறம்

52

கணேசகுமாரன்

என்ன நெனச்சிப் பாப்பே ன்னது. கருப்புசாமியோட மனச அந்த வார்த்தைகள் வெகுவா பாதிச்சிடுச்சி. போன்ல பேசிட்டு அந்த வார்த்தைகளோட வலி தாங்க முடியாம சிக்னல்ல வந்து நிக்கும்போது ஒரு மினரல் வாட்டர் பாட்டில் ட்ராபிக்ல சிக்கி எல்லா கார் சக்கரங்கள்ளேயும் அடிபட்ருக்கு. கிருஷ்ணேனோட வார்த்தைகள்ல இருந்த கருப்புசாமிக்கு அது கிருஷ்ணனா தெரிஞ்சிருக்கு. அதோட பஸ்ல ட்ராவல் பண்ணும்போது அதிக போதையில் அராஜகம் பண்ணிக்கிட்டு இருந்த குடிகாரன தன்னால தட்டிக் கேக்கமுடியாத இயலாமை, நகரத்து நெருக்கடிகள்ல சிக்கிக் கொண்டு தவிக்கிற தன்னோட இயல்பு எல்லாம் கருப்புசாமியோட மூளையில சிறிதளவு பாதிப்பு ஏற்படித்திடிச்சு. தொடர்ந்த ரெண்டு மூணு நாட்கள்ள கிருஷ்ணன் இறந்து போய்விட்டது போலவும் அதற்கு தான் போவது போலவும் கனவு கண்டிருக்கிறார். ஸ்ட்ரெஸ் அதிகமாகி இடையில கொஞ்ச நாள் கருப்புசாமிக்கு இருந்த வலிப்பு மறுபடியும் வந்துருக்கு... மற்றபடி அவர நாங்க ஆழ் மன சிகிச்சைக்கு உட்படுத்தி பேச வச்சதில நகரத்துல வாழப் பிடிக்காத அவரோட குணாம்சம்தான் வெளிப்பட்டது. கிராமத்து சூழல்ல பொறந்து வளர்ந்திட்டு வாழ்வின் நெருக்கடிகளினால நகரத்தில பிழைக்க வர்ற பல இளைஞர்களோட மனநிலையில இப்படி ஒரு அனாதைத் தன்மை உணர்ற பீல் இருக்கு. இது வியாதியில்ல. தொடர் கவனிப்புல சரியாயிடும். ஆனாலும் கனவு என்பது சின்ன மனநோய்னு ப்ராயிட் சொன்னது வச்சி பார்க்கும்போது கருப்புசாமிக்கு இப்போ தேவை நிறைய பணமோ ஆறுதலோ இல்ல. அவர்மேல உண்மையா அன்பு செலுத்துற கிருஷ்ணன் மாதிரியான நபர்களோட அருகாமை மட்டும்தான்.'

டாக்டர், தனபாலிடம் பேசும்போது என் பெயரையும் குறிப்பிட்டதில் ஆர்வம் கொண்டு கேட்டுக் கொண்டிருந்தேன். கிருஷ்ணன் உயிரோடு இருப்பதை மட்டும் என்னால் நம்பமுடியவில்லை. அவனை நேரில் பார்த்ததே பெரும் நிம்மதியாயிருந்தது. ஆனால் எவ்வளவுதான் மறக்க நினைத்தாலும் கிருஷ்ணனின் அந்த வார்த்தைகள் திரும்பத் திரும்ப ஞாபகம் வந்து தலையை லேசாக வலிக்கச் செய்கிறது. டாக்டர் தனது பிரிஸ் கிருப்ஷனில் மாத்திரை மருந்துகள் எழுதிக் கொண்டிருக்கும்போது தீர்மானித்தேன். வலி தீர ஒரே வழிதான் உள்ளது. கிருஷ்ணன் என்னிடம் சொன்ன அதே வார்த்தைகளை நான் அவனிடம் சொல்லாமலே...

இசை

கையில் பிடித்திருந்த மதுக்கோப்பையிலிருந்து ஒரு மிடறு விழுங்கினேன். கண்ணாடி ஜன்னலுக்கு வெளியே மழை பெய்துகொண்டிருந்தது தெரிந்தது. மதுக்கோப்பையுடன் ஜன்னலை நெருங்கி தாழ்ப்பாளை நீக்கிட அதே மழை பெய்து கொண்டிருந்தது. எவ்வித மாற்றமுமில்லை. இத்தனை மௌனமான மழை வேறு எவருக்காவது வாய்த்திருக்குமா? இருபது வயதில் மனதில் விழுந்த மழையின் இசைதான் செவியில் படிந்திருக்கிறது. அந்த ஈரம் துளிக் காயவில்லை. இப்பிறவியில் உலராத ஈரம் அது. இருபது வயது மழைதான் இப்போதும் பெய்கிறது. என் மழைக்கு வயதாவதில்லை. மழையை அதன் இசை கேட்காமல் பார்ப்பது வரமா சாபமா? மேலும் ஒரு மிடறு விழுங்கினேன். இடது கையினால் கோப்பையைப் பிடித்தபடி வலது கையை நீட்டி மழையைத் தொட்டேன். அப்பாவின் குரல் கேட்டது.

'லுத்விக் வான் பீத்தோவன்' முழுப்பெயர் சொல்லித்தான் அழைப்பார். எனக்கு லேசாக கால் நடுங்க ஆரம்பிக்கும். பியானோவின் கறுப்பு வெள்ளை ரகசியங்களில் என் விரல்கள் வருடும்போதெல்லாம் என் கண்கள் அப்பாவின் பிரம்பின் மீது படிந்து மீளும். மொசார்ட் என்ற பெயர் உங்களை ஏதோ செய்து கொண்டிருந்தது எனக்குத் தெரியும் அப்பா. இல்லையென்றால் ஆத்மார்த்தமான என் இசையினையும் மீறி என் கால்வலி உறுத்தும்போதெல்லாம் அழுகையினையும் தாண்டி உங்கள் பிரம்பு பேசியிருக்காது. எனக்குள்ளிருந்த இசையை முதலில் கண்டவர் நீங்கள்தானே அப்பா. உங்களின் பிரம்படிகளுக்குப் பயந்து என் விரல்கள் பியானோ நியூரான்களில் இசையினைத்

கணேசகுமாரன்

தேடிக் கொண்டிருந்தாலும் அதுதான் 7 வயதில் என் செவிகளுக்கு கைதெட்டல் ஓசையினை வரமளித்தது. அங்கீகாரச் சப்தம் எத்தனை அழகானது. என் இசைத் தேடலுக்கான இரவுகளை பெரும் உற்சாகத்துடன் வழங்கியது அதுதானே.

தேவாலயத்தில் ஃபாதர் தன் நண்பரிடம் என்னைக் காட்டி 'ஹி ஈஸ் எ பிராடிஜி வித் காட் பிளஸ்' என்றதும் அந்த நபர் என் தோளில் தட்டிய நான் குழந்தைமேதை என்பதற்கான அங்கீகாரச் சப்தம். ஒருநாள் அத்தனை சப்தமும் ஒடுங்கிப் போனது. இன்று எனக்கான அங்கீகார இசையினை என்னால் கேட்க முடியவில்லை. இதோ இந்த மழையின் நிசப்தம் போலவே எல்லாம். ஆனாலும் எனக்குள்ளிருக்கும் இசையின் இசையை என்னால் கேட்காமல் இருக்க முடியவில்லை. என் இமை மூடிய இருள் வானத்தில் எப்போதும் ஒரு வயலினும் பியானோவும் தன்னை இசைத்தபடியிருக்கும் அற்புதக் காட்சி என் மரணம் வரை மறையாத ஒன்றுதான். ஆழ்கடல் நிசப்தத்தில் இவ்வுலகம் என் கண்மெனதிரில் இயங்கிக் கொண்டிருக்க மனதில் எழுந்த கடலோர இரைச்சலிலிருந்து என் இசையை மீட்டெடுக்க வேண்டியதாயிருந்தது. இசையை நான் காதலித்தேன். ஐ லவ் மியூசிக். இசை என் எல்லாமுமாயிருந்தது. இரவுகளில் விழித்திருந்து இசையுடன் வாழ்ந்தேன். இமை உறக்கத்தில் செருகி விடாமலிருக்க ஐஸ் தண்ணீரில் முகம் முக்கி எடுத்தேன். 'டின்னிடஸ் தோன்றியதற்கு அதுவும் ஒரு காரணம் என்றார் டாக்டர். அது மட்டுமா காரணம்? எவ்வளவு தனிமை. அவ்வளவு தனிமையையும் சிதைக்க என்னிடம் இசை மட்டும்தானே இருந்தது. இந்த உலகம் தன் வாய்பொத்தி என் செவிமூடித் திரும்பிக்கொண்டாலும் என்னை இயக்கிக்கொண்டிருந்தது இசை மட்டும்தானே.

இருபது வயதில் முதன்முதலாக அந்தச் சப்தம் எனக்குள் கேட்டது. சப்தங்களுக்கு எப்போதுமே என் வாழ்வில் இடமில்லை. இசைதான் எல்லாமே. ஆனாலும் என் செவித்துளைக்குள் நிசப்தம் நிரந்தரமாகும் முன் நான் கேட்டதெல்லாம் சப்தங்கள். பியானோ மொழியுடன் வயலின் ஒலியுடன் பேசிக்கொண்டிருந்த என் உதடுகள் மறந்து தேவாலயத்தில் ஒலிக்கும் ஒற்றை மணிச் சப்தத்தினை செவிக்குள் உச்சரிக்கச் செய்தது ஏன்? என் இசை உலகம் ஏன் அத்தனை இரைச்சலாக மாறிப்போனது? எவரிடமும் என்னால் பேசமுடியாது. எவர் பேச்சையும் கேட்டுவிடமுடியாது. 'பீத்தோவன்', 'டங்' 'சென்று', 'டங்', 'கான்சர்ட்டில்' 'டங்' 'பிரமாதப்படுத்திவிட்டார்கள்'

பைத்திய ருசி

'டங்' 'வாழ்த்துக்கள்' 'டங்'. காதுகளைப் பொத்திக்கொள்ளத் தோன்றும். மௌனத்திலும் இசை தேடிக்கொண்டிருக்க என் நிஜ உலகம் மிகப்பெரும் சப்தங்களால் சுழலத் தொடங்கியது. டாக்டர் என்னிடம் சொன்னதைக் கேட்டதும் அத்தனை துன்பத்திலும் எனக்கு சிரிப்புதான் வந்தது. எனக்குள் கேட்கும் சப்தத்தினை நீக்க எவ்வழியும் இல்லாதபோது அதிக சப்தங்கள் இல்லாத அமைதியான ஆஸ்திரியாவில் உள்ள ஒரு சிற்றூரின் பெயர் சொல்லி அங்கு சென்று ஓய்வெடுங்கள் என்றது எத்தனை அபத்தம். எனக்கு அமைதியான இடம் என்பது எங்கே இருக்கிறது? என் சப்தங்களை என்னால் என்ன செய்ய முடிந்தது?

வியன்னாவில் சகோதரன் வீட்டில் தனியறையில் அமர்ந்தபடி கம்போசிங்கில் ஈடுபட்டிருந்தபோது நடந்த கொடூரம் நினைவுக்கு வருகிறது இப்போது. எப்படியெல்லாம் கஷ்டப்பட்டேன். நிசப்த உலகிற்கு என்னை மீட்டெடுக்க என் பிரயத்தனங்கள்....ஜீசஸ். நெப்போலியன் போனபார்ட் படைகள் போட்ட குண்டுகளின் சப்தம் என் அரைகுறை ஒலி உலகை அசைத்துப் பார்த்தது. உள் தாழ்ப்பாள் போட்டுக்கொண்டேன். அத்தனை ஜன்னல்களையும் இறுகச் சாத்தினேன். காதுகளின் அருகில் இரு தலையணைகளைக் கொண்டு அழுத்தியபடி கண்ணீர் வழியப் படுத்திருந்தேன். கொஞ்சம் கொஞ்சமாக என் உலகம் தன் ஓசையினைக் குறைத்துக்கொண்டே வந்தது. உள்ளே என் இசை மட்டுமே உறைந்திருந்தது.

என் வாழ்நாளில் மறக்கமுடியாத ஓர் இசைநாளாக மாறிவிட்டது என் ஒன்பதாவது சிம்பொனி இசைக்கப்பட்ட நாள். எத்தனை அழகாகத் தொடங்கியது எவ்வளவு கண்ணீருடன் முடிந்தது. என் கண்கள் இசையின் தரிசனம் கண்டது அன்றுதான். அத்தனை அழகான இசை என் நாட்களில் கேட்டதில்லை. பியானோவிலிருந்து எழுந்த இசையின் கறுப்பு வெள்ளை அழகினை முழுவதும் என் கண்களில் நிரப்பிக் கொண்டிருந்தபோது யாரோ உரிமையாய் என் கழுத்தைத் தொட்டுத் திருப்பி என் பார்வையை வேறுபக்கம் மாற்றிவைத்தார். என் இதயம் முதல் விம்மலை வெளிப்படுத்தியது. முகமெல்லாம் மிதக்கும் புன்னகையுடன், சிலர் கண்ணீருடன் கைதட்டிக் கொண்டிருந்தனர். கைகளின் அசைவுகள் மட்டுமே என் கண்களுக்குத் தெரிந்தன. பிரான்ஸ் ஒலிவாவின் மிருதுவான உள்ளங்கை என் தோளினை மெதுவாக அழுத்திப் பிடித்தது. அவர்கள் நீண்ட நேரமாக கைதட்டிக் கொண்டிருக்க வேண்டும். என்

கணேசகுமாரன்

செவிகளுக்கு எட்டாத எனக்கான அங்கீகார இசை அப்படித்தான் அங்கே அரங்கேறிக்கொண்டிருந்தது. அனிச்சையாக இரு கைகளால் என் முகம் பொத்தினேன். சபை நாகரிகம் கருதி சத்தமில்லாமல் அழுதேனா, தெரியவில்லை. ஆனால், என் அழுகையின் சப்தம் எனக்குக் கேட்கவில்லை. ஒலிவாவின் கைகள் என் தோளின் மீது ஆறுதலாய் தட்டிக்கொண்டிருந்த சப்தம் மட்டும் கேட்டுக் கொண்டிருந்தது.

'தி எம்பரர்' மகத்தான தோல்விதான். என்னைச் சுற்றிலுமிருந்த இசைக்கருவிகள் ஊமையாய் மரத்துப்போன நிகழ்வது. எனக்கான உலகம் எனக்கான ஒலிகளைத் துண்டித்துக் கொண்டபின் மேடையேற்றிய ஜீவனற்ற சிம்பொனி. அந்தத் தோல்விதான் என்னைத் தனிமையில் தள்ளியது. அந்தத் தனிமைதான் என் உள்ளேயிருந்த இசையினைக் கிளர்ந்தெழுச் செய்தது. ஓசையற்றதாய்ப் போன என் வெளியுலகம் மறுத்து என் உள் உலகத்தில் அற்புதமான இசைக் கோர்வைகள் ஒலித்ததை உணர்ந்த கணம் நான் புதிதாய் பிறந்தேன்.

நான் காற்றினைப் போல். காற்று தனக்குள்ளிருக்கும் இசையை எவர் கண்களுக்கும் காட்டிக் கொண்டிருப்பதில்லை. இசை விரும்பும் செவிகளுக்கு மட்டுமே தன் அதிசய அழகினைத் திறந்து வைக்கும். எனக்குள்ளிருக்கும் இசை எவருக்கும் தெரியாதது. மதுக்கோப்பையில் அப்பா தன்னை காணாமலடித்துக் கொண்டதற்கு அம்மாவின் மரணம் மட்டும் காரணம் இல்லையே. நானும்தான். என் காதல் தோல்விகள் உங்களையும் பாதித்ததே அப்பா. எவ்வளவு கனவுகளுடன் இருந்திருப்பீர்கள். ஆனாலும் உங்கள் கனவுகள் எதையும் நான் சிதைக்கவில்லை. அதிகம் சம்பாதிக்கத் தெரியாதவன் என்ற குற்றச்சாட்டை என்மீது நீங்கள் சுமத்தினாலும் நான் வாழ்ந்தேன் நிறைவாகவே. இசையும் நண்பர்களும் என்னை இழக்கவிடவில்லை. காத்ரீனா எத்தனை கஷ்டப்பட்டாள்? அவள் என்னைத் திருமணம் செய்திருந்தால் நானும் இப்படி என்னை மதுவில் கரைத்திருக்க மாட்டேனோ? என் சிகிச்சை சம்பந்தமாக சென்றபோது அறிமுகமாகி புன்னகைத்தவள்தானே காத்ரீனா. ஒரு செவிலிப் பெண்ணுக்கே உரிய தாய்மை உணர்வு அவள் முகத்தில் உறைந்திருந்தது. அதுதான் என்னை அவள்பால் அதிகம் ஈர்த்தது. செவி கேட்கும் திறன் முற்றிலும் செயலிழந்துவிட்ட என்னுடன் பேச காத்ரீனாவிடம் தனிமொழி இருந்தது. என்

பைத்திய ருசி

பிறந்தநாளுக்கான என் நண்பர்களின் பரிசுகள் ஒரே மாதிரிதான் இருக்கும். அவர்களும் என்னுடன் பேசிவிட எத்தனையோ முயற்சி செய்தார்கள். அதுபோன்ற ஒரு காது கேட்கும் கருவியை காத்ரீனா பரிசளித்தபோதுதான் என் காதலை அவளிடம் வெளிப்படுத்தினேன். அவளுடனான என் காதலை மிகச்சரியாய் சொல்லிவிட்டேனா என்று என் செவிகள் அறியுமுன்னே என் வலது உள்ளங்கையில் அந்தக் கருவியை வைத்தபடி காத்ரீனா என்னிடம் சொன்னாள். 'இதற்கு முன்னான உங்கள் திருமண வாழ்க்கையெல்லாம் இப்போது எங்கே பீத்தோவன்?' இதைச் சொல்ல அவள் அதிகம் சொற்களை விரயப்படுத்தவில்லை. இதயம் அறுந்து கசியும் சோக இசையாகவே அவள் தன்னை வெளிப்படுத்தினாள். எப்போதும் இல்லாத அளவுக்கு அன்றைய கான்செர்ட் அற்புதமாக இருந்ததாக நண்பர்கள் பாராட்டியபோது காத்ரீனாவின் பரிசுப்பொருள் என் கைகளுக்குள் அழுந்தியது.

* * *

மழையிடமிருந்து என் பார்வையை விலக்கினேன். மேலும் ஒரு மிடறு அருந்திவிட்டு என் மேஜைப் பக்கம் வந்தேன். இழுப்பறையைத் திறந்து உள்ளே இருந்த பொருட்களையெல்லாம் எடுத்து மேஜை மீது பரப்பினேன். ஒரேவிதமான பரிசுகள். எப்படியாவது என் நிசப்த உலகை சலனித்துவிட வேண்டுமென்ற பிரார்த்தனைக் கருவிகள். ஆனாலும் உள்ளே என் கர்ப்பக் கிணற்றில் ஊறியபடியிருந்த இசைவெள்ளம் தன் ஊற்றினை நிறுத்தவேயில்லை. என் செவிகளைச் சென்றடையாத இசையைப் பற்றி எனக்கென்ன வருத்தம்? வெளியே மழை நிற்காமல் பெய்து கொண்டிருந்தது. உள்ளே ஓர் இசை அவஸ்தையை உணர்ந்தேன். திடுமென மூளைக்குள் வயலின் இசைத்துப் போனது. தொடர்ந்து வந்த பியானோ ஒலிகள் என்னை நிரப்பத் தொடங்கின. ஏதேதோ ஞாபகங்கள் அந்த இசைக் கோர்வையை வழிநடத்தின. மழை எப்போதோ நின்றிருந்தது. நான் விடிந்தபின்பும் உறங்கவில்லை.

எல்லா நண்பர்களுக்கும் செய்தி அனுப்பி வீட்டுக்கு வரச் சொன்னேன். யாருக்கும் ஒன்றும் புரியவில்லை. நேற்றைய மழையிரவின் பாரத்தினை அவர்களிடம் இறக்கி வைக்க வேண்டும

என் பியானோ வழியாக. எனக்குள்ளிருந்தபடி என்னை மூச்சுத் திணறவைக்கும் இசை அழுத்தத்தை என் பியானோ அறியும். கண் முன்னால் காற்றில் மிதந்துகொண்டிருந்தன இசைக்குறிப்புகள். எல்லோருக்கும் பொதுவான அறிவிப்பாய் 'இசை கேளுங்கள்' என்றபடி பியானோ உடலில் விரல்களைப் பதித்தேன். தானாய் என் இமைகள் மூடிக்கொண்டன. விரல்கள் மட்டும் பியானோவுடன் பேசிக்கொண்டிருந்தன. நேற்றிரவு என்னைப் புதிதாய் பிறக்க வைத்த இசையின் முத்தங்கள் அத்தனையும் எனது அறையெங்கும் தவழவிட்டேன். ஒரு மணி நேரம். கண்களைத் திறந்தேன். உலக நிசப்தம். உடல் வெகுவாக தளர்ந்திருந்தது. பிரபஞ்ச அமைதி மனதில் நிறைய மெதுவாய் உதடுகளை அசைத்தேன். 'என் இசை அழகாய் இருக்கிறதா?' திரும்பி எல்லோரையும் பார்த்த கணத்தில் கண்ணீர் உடைந்தது. கைதட்டிக் கொண்டிருந்தவர்கள் என் அருகில் வந்து கண்ணீர் துடைத்து தோள் தொட்டு கைகுலுக்கி அணைத்து நெற்றியில் முத்தமிட்டு... என் செவிகளைச் சென்றடையாத என் அழகிய இசையினை எண்ணி எண்ணி அழுது கொண்டிருந்தேன்.

எல்லோரும் சென்றுவிட்ட பின்பு வாசலில் மழை. நேற்றைய மழையின் தொடர்ச்சி அல்லது இருபது வயதில் என் செவியில் விழுந்த மழையிசையின் நீட்சி. என் அத்தனை துன்பங்களையும் கிரகித்துக்கொண்டு காற்றில் நான் வரைந்த இசைக்குறிப்புகள் என்னை மிக மென்மையானவனாகவே மாற்றியிருக்கிறது. எல்லாவற்றிலும் நான் இசை கண்டது என்னை வாழவைத்ததன்றி வேறில்லையே... என் வாழ்க்கை இசையான பின்பு என் செவித்துளைகளை நிசப்தம் கொண்டு அடைத்துவிட்ட இசைக் கடவுளின் விருப்பம் என்ன? இனி நானும் என் இசையும் என்னாவது? அன்றும் இன்னொரு விடியலை நான் காவல் காத்தேன்.

ஒரு வாரம் கழிந்திருந்த ஒரு நாளில் என்னை ஆச்சரியம் கொள்ளச் செய்யும் வகையில் நண்பர்களின் வருகை. புன்னகை புரிந்தேன். என் கண்களின் வியப்பினைக் கடந்தபடி என் நெற்றியில் முத்தமிட்டனர். என் கைகளில் அவர்கள் தந்த புத்தகம். பிரித்தேன். என் புத்தகம். என்னைப் பற்றிய புத்தகம். என் இசையினைப் பற்றிய அவர்களின் பகிர்தல்கள். நானும் என் இசையுமாய் அந்த நூல் முழுதும் விரவிக் கிடந்தோம். என் இசை அவர்களுக்குள் திளைக்கச் செய்திருந்த கண்ணீர் பக்கங்களின் மீது என் கண்ணீர் சிதறியது. எல்லோரும் என்னிடமிருந்து விடைபெற்றுச் சென்றுவிட்டனர். அந்தப்

பைத்திய ருசி

புத்தகத்துடன் பியானோ அருகில் அமர்ந்தேன். முதல் பக்கத்தைப் புரட்டினேன். என் தனிமையை என்னிடமிருந்து விரட்டிய முதல் இசை நினைவில் புரண்டது. அப்பாவின் பிரம்படி, பணத்தின் மீது பெரிதான காதலில்லாது, ஜோசபினுடனான காதல் தோல்வி, 41 வயதில் முற்றிலுமாக என் புற ஒலி உலகம் என்னுடனான உறவை முறித்துக் கொண்டது அத்தனையும் நினைவுகளில் படிந்து மீண்டன. எல்லாவற்றிலுமிருந்து என்னை மீட்டெடுத்தது என் இசையும் நண்பர்களும் மட்டுமே. புத்தகத்தை மூடிவிட்டு பியானோவைத் திறந்தேன். வெளியே மழை தன் முதல் துளியை பூமியின் மீது வீசியிருந்தது. உள்ளே இசை.

காமத்தின் நிறம் வெள்ளை

தயாளனின் அருகில்தான் அந்தப் பாம்பு படுத்திருந்தது. மௌனமாய் சட்டை உரித்துக்கொண்டிருந்தது. காற்றில் நீலம் கலந்திருக்க மூச்சில் சாம்பல் வாசனை உணர்ந்தான் தயாளன். புரண்டு படுக்க எத்தனித்து பாம்பின் அருகாமை உணர்ந்து மல்லாந்து விட்டம் பார்த்தவனின் கண்களில் பச்சை உளுந்தின் நெடியும் சூடான சுக்கில வாசனையும் கலந்து இறங்கின. பாம்பின் அசைவில் மெலிதாய் வேகம் கூடியது. தயாளன் பதட்டமானான். தன் உடம்பில் நீர் ஊறுவதைத் தெளிந்து கைநீட்டி பாம்பினைத் தொட, பாம்பு நகர்ந்தது. சட்டை கிடந்தது தனியே. தயாளன் விரலில் பிசுபிசுப்பு நெளிந்தது. கறுப்பும் நீலமும் கலந்த அறை வெளிச்சம் கண்களுக்குள் இறங்க பவானியின் கழுத்து நரம்பு வியர்வையில் துடித்ததை தயாளன் உணர்ந்தான். கட்டிலை விட்டு இறங்கினான். உடல் மிக கனத்திருந்தது. சிறுநீர் கழிக்கும்போது தன் நிழலையே உற்றுப் பார்த்துக்கொண்டிருந்தவன் கண்களில் உரித்துப்போட்ட சட்டையெங்கும் விரவியிருந்த வெள்ளைப் புள்ளிகள் மிகப் பெரிதாகத் துவங்கின.

முதலில் அவன் புருவத்துக்கு மேலேதான் தோன்றியது, சிறு வெள்ளைப் புள்ளி. பவானியின் கண்களிலும் பெரிதாய் கேள்வி எதுவும் எழவில்லை. அச்சிறு புள்ளி அம்பது பைசா அளவில் மாறியபோது தயாளனின் கால்களிலும் அங்கங்கே சின்னச்சின்னதாய் வெள்ளை வட்டங்கள். பவானியின் மூச்சில் சர்ப்பம் சீறியது அப்போதுதான். மருத்துவம் அதற்கான நியாயம் சொன்னது. பவானியின் கண்களில் ஒளிந்த பிளவுபட்ட நாக்கு

எந்த சமாதானத்தையும் ஏற்றுக் கொள்ளவில்லை. விஷம் கக்கத் தொடங்கிற்று.

அன்று ஒன்பதாவது வருட திருமண நாள். காலையில் குளித்து முடித்து கோயிலுக்குச் சென்றுவிட்டு மலரை பள்ளிக்கூடத்தில் விட்டுவிட்டு வீட்டுக்கு வந்தவர்களிடம் மௌனம் முகாமிட்டிருந்தது. ஓட்டு வீட்டில் வெளிச்சம் வர பதிக்கப்பட்டிருந்த கண்ணாடி பட்டை வழியே ஒழுங்கற்ற சூரியன் பவானியின் வியர்வை இடுப்பில் நழுவிக்கொண்டிருந்தான். தயாளன் எச்சில் விழுங்கினான். கண்களில் காதல் குறும்புடன் மெல்லிய புன்னகை உதட்டில் தேக்கி பின்னாலிருந்து பவானியை அள்ளி அணைத்தான். 'ம்ப்ப்வ்வ்வ்...' பவானியிடமிருந்து வினோதமான சத்தம் எழுந்தது. முழுங்கையால் தயாளனின் வயிற்றில் மோதித் திரும்பினாள். தயாளனுக்கு வலித்தது. புருவம் சுருக்கியவனிடம் 'என்னத் தொடாதீங்க' என்றாள் தலை குனிந்தபடி. தயாளனுக்குப் புரியவில்லை. காலையில் கோயிலுக்குச் செல்லும்போது நன்றாகத்தானே இருந்தாள். அதற்குள்... 'ஏன் பவா... என்னாச்சு? ஓடம்பு சரியில்லையா...' என்றபடி அவள் தோளைத் தொட, பவானியின் நரம்புகளில் நடுக்கம் நகர்ந்ததை உணர்ந்து கையை விலக்கினான். 'ஆமா... தலைய வலிக்குது. தொடாதீங்க...' தொடாதீங்க மட்டுமே தயாளன் காதில் விழுந்தது. விலகினான்.

இரவு. கட்டிலில் படுத்திருந்தான் தயாளன். இன்னும் பவானி சமயலறையை விட்டு வரவில்லை. மதியம் தயாளன் கேட்டபோதும் சரிவர பதில் சொல்லாத பவானியிடம் மேலும் ஏதும் கேட்கத் தோன்றவில்லை. இறுக்கத்திலிருந்து மீளாத பவானியின் முகம் தயாளன் மனதில் பெரிய வட்டமாயிருந்தது. மிகத் தாமதமாய் படுக்கைக்கு வந்தவள் இரவு விளக்கை எரியவிட்டுப் படுத்தாள். ஒருக்களித்துப் படுத்த தயாளனின் கை நீண்டு பவானியின் தலையினைத் தொட்டு வருடியது. அசைவினை உணர்ந்தான். 'தலைவலி பரவாயில்லையா?' என்றான். எவ்வித பதிலும் வராமல் போகவே, எழுந்து லைட்டைப் போட்டான். லேசான கோபம் மூச்சிரைப்பாய் மாறி இருந்தது. பவானியைப் பார்த்த வினாடி அதிர்ந்தான். விட்டம் பார்த்து மல்லாந்திருந்தவளின் கண்களில் இருந்து கண்ணீர் வழிந்து கொண்டிருந்தது. 'என்னாச்சும்மா' என்று பதறித் தொட உடல் குறுக்கி நகர்ந்தவள் சுவற்றில் மோதினாள். வெடித்துப் புறப்பட்டது அழுகை. திக்கித் திக்கிப் பேசியவளின் சொற்கள் தயாளனின் காதுக்குள் விஷக் கொடுக்கினைப் பதித்து

கணேசகுமாரன்

விலகின. அன்று அவளை விட்டு விலகியவன்தான். வைத்திய முயற்சிகள் பலனளிக்கவில்லை. தயாளன் தளர்ந்தான். தன் உடம்பெங்கும் தழுவிய வெள்ளை சாத்தானின் கரங்களை விலக்க வழியின்றி கறுப்பு மறைந்த வெள்ளை இரவை தன் உலகெங்கும் பூசிக்கொண்டு நடந்தான். காமம் நீலப் போர்வையாய் அவனை மூடியிருந்தது எப்போதும். எத்தனை விளக்கம் அளித்தும் கேட்க மறுத்த படித்த பவானியிடம் ஒரு நிலைக்கு மேல் பேசுவதை நிறுத்தினான். வீடு என்ற பிம்பம் அவன் மூளையில் பதிய மறுத்தது.

தயாளனின் நிறம் வெள்ளை என்று சொல்ல முடியாது. மாநிறம்தான். 40 வயதில் அவன் புதிய நிறத்திற்குள் புகுந்தான். உதட்டின் மேலேயும் காது மடல்களிலும் வெள்ளை தொடங்கியிருந்தது. கண்ணாடியைக் கழற்றி மேஜையில் வைத்த மருத்துவர் சொன்னது பவானியின் மனதில் சந்தேக வட்டத்தினைப் பெரிதாக்கியது. தயாளன் பெரும் அவஸ்தை உணர்ந்தான். 'டோன்ட் ஒர்ரி மிஸ்டர் தயாளன். முதல்ல இது நோயே இல்ல. வெண்புள்ளிங்கிறது நிறமிக் குறைபாடுதான். இட்ஸ் எ விட்டமின் ப்ராப்ளம். தொடர் ட்ரீட்மென்ட்ல சீக்கிரம் இது மறைஞ்சிடும். இது தொட்டா ஒட்டிக்குற நோய் இல்ல. பயப்புடுற அளவுக்கு ஒண்ணுமில்ல... நீங்க எப்போதும்போல நார்மலா இருக்கலாம்.'

தயாளன் கண்ணாடி முன் நிற்கும்போது இனிவரும் நாட்கள் சாதாரணமாக நகரப்போவதில்லை என்று தெரிந்துகொண்டான். பவானி அவனைவிட்டு முற்றிலும் விலகினாள். தயாளன் தன்னைத் தொட வரும்போதெல்லாம் உடல் சுருங்கி அழத் தொடங்கினாள். தயாளனின் காமம் அவனை எரிக்கத் தொடங்கியது. தயாளன் முரட்டு சுபாவம் கொண்டவனல்ல. அதே சமயம் தன் காமத்தின் வடிகாலாகத் தன் மனைவியிடமே கெஞ்சும் அளவுக்கு போகக் கூடியவனுமல்ல. இருந்தும் 40 வயது ஆணுக்கு அந்த வயதில் கிடைக்கவேண்டிய பெண் அணைப்பு இல்லாமல் தனியே கலங்கினான்.

தயாளனின் நீல இரவுகள் வெகு நீளமாக ஆயின. உடல் வட்டங்கள் பெரிதாக அதனுள்ளே உயிர் சுருங்கினான். விரல்களுக்கு எட்டும் தூரத்தில் பவானியின் தலைமுடி மின்விசிறிக் காற்றில் பறந்தபடியிருக்க தயாளனின் விரல்களிலும் வெள்ளை பரவியது. இரவினைக் காவல் காக்கத் தொடங்கினான். பாருக்குச் சென்று குடிக்க ஆரம்பித்தான். இரவு வீடு திரும்புதல் தாமதமானது.

பைத்திய ருசி

குழந்தையின் மீதும் பாசம் குறைந்தது. சினிமாவுக்கு சென்று தியேட்டரில் படுத்துத் தூங்கிவிட்டு வீடு திரும்பினான். சினிமாப் பெண்கள் அவனுக்குள் தீ மூட்டினார்கள். உடல் நெளித்தான். கதாநாயகனாக மாறி திரைப்பெண்களுடன் காமம் சுகித்தான். கதாநாயகன் விலைமாதினைத் தேடிச் சென்றான். அந்த விபச்சார விடுதி வாசலில் நிறைய பெண்கள் அமர்ந்திருந்தனர். அத்தனை பெரிய கண்களில் அழைப்பு இருந்தது. செயற்கை ஈரத்தில் பளபளத்த உதடுகளில் தயாளனின் பெயர் எழுதி அழைத்தது. போதையின் ஆக்ரமிப்பில் தயாளனின் கால்கள் மயங்கின. வெள்ளைத் தோலுக்கு வசீகரித்தான் தயாளன். அவள் கொலுசுகள் சிதற இரு கைகளாலும் பாவாடையை உயர்த்திப் பிடித்தபடி வராண்டாவில் ஓடினாள். அவள் பின்னே பாம்பாய் விரைந்தான் தயாளன். அவன் முதுகில் இருகைகளையும் வைத்துத் தள்ளிக்கொண்டு பறந்தது காமம். கண்கள் செருக அவளை எட்டிப்பிடித்து திருப்பி மார்பில் முகம் புதைத்தான். பால் வாசனை தயாளனின் நாசி கடந்தது. 'அம்மா' ஆழ மூச்செறிந்தான். இறுக்கி அணைத்திருந்த தயாளனின் விரல்கள் அவளின் முதுகில் பரவின. நகங்களில் படர்ந்தது ஒரு பெரிய மச்சம். திடுக்கிட்டு நிமிர்ந்தான் தயாளன். புருவத்தில் மை அப்பிக்கொண்டு மூக்குத்தி, காதில் வளையத்துடன் அவன் அம்மா. "நாந்தாண்டா தயா... ஒன் அம்மா... மச்சத்தை வெச்சிக் கண்டுபுடிச்சிட்டியா... வா, வந்து கட்டிப்புடிச்சிக்கோ" அவள் இருகைகளையும் விரித்து அவனை நெருங்க தயாளன் அலறினான். "அம்மா."

யாரோ அவனை பின்னிருந்து இழுத்தார்கள். 'தூத்தேறி... ஓடம்புல திமிர் ஏறிடுச்சின்னா பெத்தவளுக்கும் மத்தவளுக்கும் வித்தியாசம் தெரியாது... இதெல்லாம் ஒரு ஜென்மம்... செத்து ஒழிஞ்சா என்ன? தயாளன் திரும்பி உள்நோக்கி ஓடினான். ஒரு வளைவில் பவானியைச் சந்தித்தான். "எப்படியும் நீங்க இங்க வருவீங்கன்னு தெரியும்... அதான் ஒங்களுக்கு முன்னாடி இங்க வந்துட்டேன்... ம். ஒங்க இஷ்டம் போல..." இரு கைகளையும் விரித்தாள். தயாளன் பவானியின் காலில் விழுந்தான். உடலெல்லாம் மண் ஒட்டியிருந்தது. பார்க்கில் படுத்திருந்த தயாளனை வாட்ச்மேன் தட்டி எழுப்பினான்.

மறுநாள் தயாளன் புனிதாவைச் சந்தித்தான். குணாவின் புது மனைவி. தயாளனை வீதியில் பார்த்துவிட்டு வீட்டுக்கு அழைத்தான் குணா. 'கல்யாணத்துக்குக் கூட வரலியோடா மாப்ளே'. புனிதாவின் கன்னத்துக் குழி, வெட்டிய தர்ப்பூசணி உதடுகள் தயாளனின் நரம்புகளுக்கு

64

வெடிவைத்தன. குணாவின் வீட்டுக்குச் சென்றான். புனிதாவின் மஞ்சள் உடம்பு, கழுத்தில் பதிந்த சிவந்த அடையாளம், புட்டம் நெருக்கி அசைத்த நடை, நீளக் கூந்தல். தயாளனின் மிருகம் கூர் நகங்களால் அவனைப் பிராண்டத் தொடங்கியது. வீடு முழுவதும் வளையவந்த புனிதாவையே விரட்டிக்கொண்டிருந்தன தயாளனின் கண்கள். புனிதா கிச்சனில் இருந்தாள். சோபாவில் அமர்ந்திருந்த தயாளன் குணாவிடம் பாத்ரூம் எங்கே என்று கேட்டு எழுந்து கிச்சன் கடந்து செல்லும்போது நின்றான். புனிதா அந்தப் பக்கம் திரும்பி இருந்தாள். முந்தானையை இடுப்பில் செருகியிருந்தாள். சிகப்பான கனிந்த சதையில் ஒரு வளைவு பள்ளமாய் இருந்தது. லேசான வியர்வை. தயாளன் மூச்சில் சூடு உயர்ந்தது. அடிவயிற்றில் லேசான வலி. கால்கள் நடுங்க புனிதாவை நெருங்கினான். தயாளனின் தோள் தொட்டான் குணா. "என்னாச்சுடா… இங்க நிக்குறே… புனிதா, காபி ரெடியா?" புனிதா திரும்பிப் பார்த்தாள். தயாளனின் கண்கள் பதிந்திருந்த இடத்தினை நோக்கி அனிச்சையாய் அவள் கைகள் நீண்டு முந்தானையை இழுத்தது.

தயாளன் பைக்கில் வீட்டுக்குத் திரும்பி விரையும்போது, போன் வந்தது. எடுத்தான். 'என்னடா… வீட்டுல எதுவும் ப்ராப்ளமா?' என்றான் குணா. 'இல்லியே… ஏண்டா' 'ஒன் கண்ணுல தூக்கம் தெரிஞ்சுது. நீ தூங்கி ரொம்ப நாளாச்சுன்னு நெனைக்கிறேன். மனசைக் கண்ட்ரோல்ல வெச்சுக்கோ… நீ தயாளன். ஞாபகம் இருக்குல்ல' தயாளன் எச்சில் விழுங்கினான். நெஞ்சில் முள் உறுத்த, கண்ணீர் உடைந்தது. அன்று இரவு நிறைய குடித்தான். நள்ளிரவு வீட்டுக்குச் சென்று படுத்தபோது அவன் மனதில் ஒரு திட்டமிருந்தது.

மறுநாள் காலை குளித்துவிட்டு வங்கிக்குச் சென்று பவானியின் அக்கவுண்ட்டில் பணம் போட்டான். கணிசமான தொகை. கோயிலுக்குச் சென்றான். மதியம் வரை அமர்ந்திருந்தவன் எழுந்து ஹோட்டலுக்குச் சென்று சாப்பிட்டான். சாயங்காலமாய் வீட்டுக்குச் செல்ல பவானி இல்லை. பள்ளிக்கூடத்துக்கு மலரை அழைத்துவர சென்றிருந்தாள். ஒரு காகிதத்தில் எழுதினான். 'பவானிக்கு, உனக்கும் நம் குழந்தைக்கும் எதிர்காலத்துக்குத் தேவையான பணம் செட்டில் செய்திருக்கிறேன். நான் போகிறேன்.' அவ்வளவுதான். வேறு எதுவும் இல்லை.

எங்கு என்று தீர்மானிக்கவில்லை. பஸ் விரைந்துகொண்டிருந்தது. இரவு சாப்பிடாததில் லேசான மயக்கமும் தூக்கமுமான நிலையில் இருந்தான் தயாளன். முதலில் திருவண்ணாமலை என்று தீர்மானித்திருந்தவன் பேருந்து நிலையத்துக்கு வந்ததும் நிலையான மனமின்றி அங்கே நின்றுகொண்டிருந்த திருச்சி பஸ்ஸில் ஏறினான். திருச்சியில் இறங்கும்போது இரவு 9 மணி. பசி வயிற்றைக் கிள்ளியது. ஹோட்டல் நோக்கி நடந்தான். யாரோ அவன் மீது மோதிவிட்டு ஓடினார்கள். திடுக்கிடலுடன் திரும்பியவன் கண்களில் அவன் சிக்கினான். பஸ் ஸ்டாண்டிலேயே வாழும் ஒரு பைத்தியம். தயாளனின் கண்களை முதலில் அறைந்தது அவனின் நிர்வாணம்தான். பஸ் ஸ்டாண்டின் மஞ்சள் வெளிச்சம் தன் மீது படர்ந்திருப்பதைப் பற்றிய எவ்வித சலனமுமின்றி படுத்திருந்தான். கறுப்பு உருவம். அழுக்கு மயிர்கள். தளர்ந்த குறி. தயாளனின் கண்கள் கலங்கின. ஹாரன் அடித்தபடி தன் எதிரில் வந்து நின்ற மதுரைக்குச் செல்லும் பஸ்ஸில் ஏறினான் தயாளன். பெரும் நிசப்தத்தில் வீழ்ந்ததுபோல தயாளனின் மனதில் நகர்ந்த கடிகார டிக்டிக் அவன் செவிக்குக் கேட்டது.

அது இருவர் அமரும் இருக்கை. ஜன்னலோரமாய் அமர்ந்திருந்தவனுக்கு 25 வயது இருக்கலாம். சிவப்பாய் இருந்தான். பஸ் திருப்பத்தில் வளையும் போதெல்லாம் தயாளனின் மீது சரிந்து விழுந்தான். விரைந்த பஸ்ஸுக்குள் காற்று விளையாடிக் கொண்டிருந்தது. லேசான குளிர் பரவியிருக்க தயாளனின் காது மடல்களில் சில்லிப்பை உணர்ந்தான். தூக்கமும் கனவும் அற்ற நிலையில் தயாளனின் உலகில் அந்தக் கை விழுந்தது. கண்விழித்த தயாளன் தன் மேல் விழுந்திருந்த பக்கத்து இருக்கை இளைஞனின் கையை விலக்கினான். கண்களை மூடி கைகளைக் கட்டிக்கொண்டு இன்னும் நன்றாக சாய்ந்து அமர்ந்தான். சில நொடிகளில் மறுபடியும் அந்த உராய்வு. சட்டென்று விழித்தான். அந்த இளைஞன் ஆழ்ந்த உறக்கத்திலிருப்பது தெரிந்தது. தன்னிச்சையாக தன் மீது சரிந்திருக்கிறான் என்பதை உணர்ந்த தயாளன் இன்னொன்றையும் அப்போதுதான் கவனித்தான். கிட்டத்தட்ட தயாளனின் கழுத்தின் மீது அந்த இளைஞனின் முகம் சாய்வாகப் பதிந்திருந்தது. தயாளனின் உடம்பு முழுவதும் வெள்ளை பரவவில்லையென்றாலும் கழுத்துப் பகுதியில் நிறம் எப்போதோ மாறியிருந்தது. அந்த மாறிய தோலின் நிறத்தில்தான் அந்த இளைஞனின் மூச்சின் நடனம். தயாளன் அமைதி தொலைந்து இதயத்தின் நடுக்கத்தை உணர்ந்தான். இளைஞனை எழுப்பினான்.

நிமிர்ந்த அவன் சூழல் புரிந்து 'ஸாரி சார்' என்றபடி அந்தப் பக்கம் திரும்பி உறங்கத் தொடங்கினான். பெருமூச்சுவிட்டு சாய்ந்து கண்மூடிய தயாளனின் அடுத்த ஐந்தாவது நிமிடத்தில் அவன் காதோரமாய் வந்து 'ஸாரிங்க' என்று பவானி முத்தமிடுவதை உணர்ந்து கண் திறந்தான். இப்போது அந்த இளைஞன் தயாளன் மீது முழுக்கச் சாய்ந்திருந்தான். தயாளனின் தொடை இடுக்கில் அவன் கை விழுந்திருந்தது. சாலையில் நின்றுகொண்டிருந்த தெருவிளக்குகளின் வெளிச்சம் பஸ்ஸின் உள்ளே மோதி மோதி விலகியதில் அந்த இளைஞனைக் கவனித்தான். இப்போதுதான் மீசை அரும்பியிருந்தது. கழுத்துப்பக்கம் லேசான பூனை முடி. பவானிக்கு இருப்பதைப் போல். பவானியைப் போலவே வெள்ளை நிறம். நிகோடின் படியாத மெல்லிய உதடுகள் இளஞ்சிவப்பாய். தன்னிடம் விறைப்பினை உணர்ந்தான் தயாளன். உடல் முழுவதும் ஓர் உறுப்பாக மாறி தயாளனை வதைக்கத் தொடங்கியது. மெல்ல இளைஞனின் தோளில் கைபோட்டு தன்பக்கம் இழுத்து அணைத்துக்கொண்டான். எந்த நிறத்தினை அருவருப்பென்று கருதி பவானி விட்டு விலகிப் போனாளோ அந்த வெள்ளையின் மீதுதான் இன்னொரு உடல் மூச்சு. தயாளன் இன்னும் நெருக்கினான். முகம் திருப்பி உதடு குவித்து இளைஞனின் நெற்றியில் முத்தம் பதித்தான். கண்களை மூடினான். உலகின் அத்தனை சத்தமும் நின்றுபோய் தயாளனும் அந்த இளைஞனும் மட்டும் இருந்த கணத்தில் அவன் விழித்தான். சட்டென்று தன்னை விடுவித்தான். தயாளன் அதிரத் தொடங்கினான். காமம் தன் வீரிய ரத்தம் குறைத்து தளர்ந்திருந்தது. இதயம் தாறுமாறாக அடிக்கத் தொடங்க தயாளனின் கண்கள் ஏறும் வழி என்று எழுதப்பட்டிருந்த படிக்கட்டுகளைப் பார்த்தது. இறங்கிவிடத் தீர்மானித்தான். சட்டென்று இருக்கையிலிருந்து எழுந்து வேகமாய் விரைந்துகொண்டிருந்த பஸ்ஸிலிருந்து வெளியே பாய்ந்தான். சாலையில் மோதிய உடல் பஸ் சக்கரத்தில் சிக்கி ரத்தம் சிதறியது. துளித் துளியாய் சிவப்பு வட்டங்கள் தயாளனின் வெள்ளை வட்டங்களை மூடத்தொடங்கின.

பைத்திய ருசி

பைத்தியங்களைக் கழுவிக் கழுவி பைத்தியமான நதி. அடிபருத்து அகல இலைகளைத் தன்னுள் ஒளித்து வைத்திருக்கும் அப்பெரிய மரத்தின் நீள வேர்கள் குடித்துக்கொண்டிருந்த நதி எப்போதும்போல் நகர்ந்து கொண்டிருந்தது. புனல் பெருக்கோடும் ஆர்ப்பாட்ட வேகமும் இல்லை, நீரின்றி நிலம் காட்டி மணல் நரம்பை வெயிலில் விரிக்கும் நிசப்தமும் இல்லை. நீர் நீராகவே கொள்ளும் நித்திய நதி. நீரின் நிறமும் குணமும் மாற்ற முயற்சித்துத் தோற்ற வெயில் பற்றி அறிந்தவர்கள் அவர்கள். உதிர்ந்த சருகுகளின் மீது மாலை வெயில் புரண்டு புரண்டு மிதந்து கொண்டிருந்த பொழுதினையும் அறிந்திருந்தார்கள். அந்நதியில் பனி இறங்கும் அதிகாலையில் அலற அலற குளித்திருக்கிறார்கள். நதியும் அப்பொழுதில் மெல்லிய குளிர் அலறலுடன் சுழிக்கும். இப்போது பனி இல்லை. வெயில் இல்லை. சங்கிலியில் கட்டப்பட்டிருந்தவர்கள், கம்பிகளுக்குப் பின்னே உலகம் அமைத்தவர்கள், சீருடை வாழ்க்கையில் சிக்கி சிதைந்த மனங்களின் ஓலங்கள் அந்த வளாகமெங்கும் அலைந்துகொண்டிருந்தன. அந்த அறையில் ஒளிந்திருந்த இருளில் கால் விரித்துப் படுத்திருந்த ஒருவன் மனதில் சத்தம்.

'ஏய்...' நதியில் அமர நினைத்து இறங்கிய நாரை ஒன்று நீர் தொட்டு கால் சுருக்கி இறக்கை சிலிர்க்க வானேகியது. 'டிய்ய்யூக்

* * *

இந்த உலகில் பைத்தியமாவதற்கு ஆயிரம் காரணங்கள் உள்ளன.

கணேசகுமாரன்

உங்களுக்குப் பசிக்கவேண்டும். பசியென்றால் சாப்பிட்டவுடன் தீர்ந்துவிடும் பசி அல்ல. ஜென்மத்தில் தீராத பசி. நீங்கள் உங்கள் தலையில் மடோர் மடோரென அடித்துக்கொள்ளவேண்டும். அய்யோ அம்மா பசிக்குதே என்ற அலறல்கள் எல்லாம் உள்ளுக்குள்ளே உறைந்து மடிந்திருக்கவேண்டும். ஒரு வார்த்தை வெளியில் வரக்கூடாது. வாய் பிளந்து நீங்கள் பசித்திணறலில் எச்சில் ஒழுகக் கிடக்கவேண்டும். கண்களை முழுவதுமாகத் திறக்க முடியாமல், மூடினால் மூளையெங்கும் பசி தன் ராட்சத ஆக்டோபஸ் கால்களால் மிதித்துக்கொண்டு பறக்கவேண்டும். சட்டென்று தெருவில் இறங்கும் பசியுடன் நீங்களும் ஓட வேண்டும். கால்களில் காற்றால் ஆன சங்கிலி கட்டியிருத்தல் நலம். மெலிதாய் அல்லது வேகமாய் மூச்சுத் திணறும். சட்டை பட்டன்களை அறுத்து எறிய தயங்கக்கூடாது. இதில் சிலருக்குத் தயக்கம் வரும். உடலெங்கும் புண்களுடன் தன் கடைசி நிழலில் உயிர் சுருக்கும் ஒரு நாய் உங்களைப் பார்த்துக் குரைக்கும். அதனைக் கடக்க வேண்டும். நிழல் விலக்கி வெயில் அமர்ந்து இந்த உலகின் இறுதியை ஒரு பார்வை பார்ப்பீர்கள். உத்தமம்.

சட்டை பட்டன்களைப் பிய்த்துவிட்டு கோவிந்தராஜ் இந்த உலகில் இறங்கியபோது குப்பைத் தொட்டியின் அடி ஆழத்தில் கிடக்கும் எச்சில் இலையாய் இந்த வாழ்வு அவனை வரவேற்றது,

* * *

இமை திறந்து உறங்கப் பழகவேண்டும். எல்லா நாட்களும் உங்கள் தூக்கத்தின் நிறம் கறுப்பாக இருக்காது. திடீரென்று ஒருநாள் உங்களின் உறக்கம் காணாமல் போயிருக்கும். நீங்கள் தேடிக் கண்டடையும்போதோ உங்களிடம் இருக்கும் 3 ரூபாய்க்கு தமிழ் பேப்பர் தரமாட்டார்கள். நன்றாக விரித்துப் படுத்துறங்க இங்கிலீஷ் பேப்பர் நிறைய தருவார்கள். பஸ் நிலையம் முழுவதும் இங்கிலீஷ் பேப்பர்கள் விரிந்திருக்கும். தலைக்குக் கீழ் வலதுகையை முட்டுக்கொடுத்து ஒருக்களித்துப் படுக்கும் முன் கவனியுங்கள். ஏன் இப்படி என்று உங்களை நீங்களே கேட்டுக்கொள்ளுங்கள். காட்டுப்பாதையில் நீண்டிருக்கும் ஒற்றை இருப்புப்பாதையில் அகாலமான பொழுதில் ஒரு சரக்கு ரயில் கடந்து போனபின் பரவும் வெறுமை நீங்களாய் இருப்பீர்கள். கொசு கடிக்கும். அதீதமான வெளிச்சம் உங்கள் கண்களில் கால்களில் விழுந்திருக்கும். உடம்பும் மனசும் தளர்ந்து வெளி விரிந்த கனவில் நீங்கள் நுழையும்போது

69

பைத்திய ருசி

உங்கள் புட்டத்தில் சுள்ளென்று ஓர் அடிவிழும். முரட்டு லத்திக்கம்பின் தீண்டல். மின்சாரப் பாய்ச்சலில் விருட்டென்று உயிர் உங்கள் உச்சிக்குச் செல்லும். பிறகு உறங்கமுடியாது. எப்போதும் உங்கள் உறக்கத்தில் ஒரு லத்தி மிதந்துகொண்டேயிருக்கும். வழி தவறி மோதும் கனவுகளில் மூளை தடதடக்கும். கனவு மனம்.

தன் நினைவெங்கும் பகல்களைப் பதித்துக்கொண்ட கணத்தில்தான் சுப்பிரமணி சுடுகாட்டின் மதியங்களில் தன்னை ஒப்புவிக்கத் தொடங்கினான்.

* * *

நடு ராத்திரியில் போன் செய்து 'நான் என்ன தப்பு பண்ணினேன்... ஏன் இப்படி துரோகம் செஞ்சே' என்று கதற வேண்டும். துடிக்க வேண்டும். 'ஒன்னை நம்புனதுக்கு எனக்கு கெடச்ச பரிசு இதுதானா' இல்லையென்றால் இப்படி ஒரு கடிதம் நீங்கள் எழுத நேரிடுவது இன்னும் சிறப்பானது.

உனக்கு

முதலும் கடைசியுமாய் நான் எழுதுவது. எனக்கு நீண்ட நாட்களாக ஓர் ஆசை உண்டு. 'எல்லோர்க்கும் அன்புடன்' என்று தலைப்பிட்டு வண்ணதாசன் எல்லோர்க்கும் எழுதிய கடிதங்கள் போலவே எல்லோர்க்கும் எழுத ஆசை. அதுபோல உனக்கும். ஆனால், அது இப்படி எல்லோரும் தூங்கியபிறகு பாத்ரும் லைடைப் போட்டுக்கொண்டு அழுதுகொண்டே எழுத நேரிடும் என்று கனவிலும் நினைக்கவில்லை. நிறைய அடித்தல் திருத்தல்கள், சொன்னதையே திருப்பிச் சொல்வது போன்ற அபத்தங்கள் இதில் இடம் பெறலாம். அதையும் மீறி பதட்டத்துடன் கூடிய உண்மை உண்டு. இப்போதெல்லாம் மெயில்தான். கையால் எழுதி நீண்ட நாட்களாகிவிட்டன. கையெழுத்தே மாறிவிட்டது. தலையெழுத்து கொஞ்சம்கூட மாறவில்லை. இந்தச் சிறிய பாத்ரூமில் வாய்விட்டு என்னால் அழ முடியவில்லை. சத்தம் வெளியே கேட்குமோ என்ற பயம். கண்களைத் துடைத்துக்கொண்டு அவ்வப்போது என்னை ஆசுவாசப்படுத்திக்கொண்டு எழுதும் இந்தக் கடிதத்தின் வலி உன் மனதைக் கொஞ்சமேனும் அசைக்கும் என்ற நம்பிக்கையில் எழுதுகிறேன்.

தொடர்ந்து எழுதுவேனா என்று சந்தேகமாய் இருக்கிறது.

கணேசகுமாரன்

எழுதாவிட்டால் பைத்தியம் பிடித்துவிடுமோ என்று பயமாய் இருக்கிறது. விடியும்வரை அழுதுகொண்டிருந்தால் இந்த நெஞ்சுக் குமைச்சல் தீர்ந்துவிடும் என்றால் எத்தனை நன்றாயிருக்கும். உனக்கே தெரியும். நீ இல்லாதபோதுதான் உன்னிடம் அதிகம் பேசியிருக்கிறேன் நான். இப்போதும் ஏதேதோ பேசுவதெல்லாம் நீ இல்லாதபோது. நீ நேசிப்பவர்கள் பட்டியலில் மட்டுமில்லை. உலகில் நீ வெறுக்கும் நபர்களின் பட்டியலில் முதல் நபராகவும் நான் இருக்கிறேன் இல்லையா... இன்னும் கொஞ்சம் அழவேண்டும். தற்கொலைகளை எல்லாம் தாண்டி வந்தாயிற்று. இந்த உலகில் தனியாய் வந்தேன். தனியாய் போவேன். தனிமை கொள்ளாதவன் எதற்கும் தகுதியற்றவன். கசப்பு தின்று வளர்ந்தவன் நான். துரோகம் சம்பாதிப்பதன் வலி புதிதில்லை. எதை நான் தருகிறேனோ அதையே பெறுகிறேன். உலக நியதியை மாற்ற நான் யார். எதுவுமே ஞாபகமற்று அறுந்துவிழும் நாடகத்திரை விலக்கி உன் கத்தியினை நெஞ்சில் வாங்குகிறேன்.

குட்பை

நரம்பறுந்து ரத்தம் பெருக்கி கடைசித்துளி உயிரை கண்களில் சேமித்த வினாடியில் குமார் நண்பர்களால் காப்பாற்றப்பட்டான். அவன் தனிமைச் சுவரில் எழுதப்பட்ட கடிதத்தை இப்போது எல்லோரும் வாசித்துவிட்டனர்.

***

அன்பின் அடர்த்தியை அறிந்திருக்க வேண்டும். அடைந்திருக்கக் கூடாது. ஆதரவு மடி தேடி விரையும் இறகென இருத்தல் சாலச் சிறந்தது. காற்று கடத்தும் இறகு புத்தனின் மடியில் வீழ்வது வரமன்று. மறுபடியும் பறவையாகும் விபரீதம் நிகழலாம். இறகின் வலி அறிந்தவர்கள் இவ்வுலகில் இல்லையெனில் சருகாகிவிடுதல் சுகம். எல்லா பைத்தியக்கார விடுதிகளின் நிலவறைக்குள்ளும் ஏகப்பட்ட இறகுகளின் சடலங்கள்.

தன் கதையில் ஒரு பத்தியாய் இதனை எழுதிவிட்டு ஜீவானந்தம் தற்கொலைக்கு முயன்று பின் காப்பாற்றப்பட்டு விடுதியில் அடைக்கப்பட்டுப் பிணமானான்.

***

ஒரு பிரிவு நிகழும். அசாதாரணமாய் இறங்கும் ஒரு சிலுவை.

71

பைத்திய ருசி

தனியறையில் தள்ளப்படுவீர்கள். அடர் மரத்தின் கீழ் நிர்மாணிக்கும் தவத்தின் பரிசென, கிடைக்கும் ஓர் இலையில் எழுதி முடிக்கும் வாழ்வு. யாரோ வீசியெறிந்த கூழாங்கற்களால் நிரம்பி நிரம்பி பாடல் வழிந்த நதியில் மிதக்கும் இரு பிணங்கள். உங்களின் இறுதி விக்கல் முடிந்த இடத்தில் ஊர்ந்த நாகத்தின் தொண்டைக்குழியில் காதல் என்று எழுதுவீர்கள். நிலம், மழை, நதி பாடல், வண்ணத்துப்பூச்சி, கனவு, கடல் கடந்து கண்ணீரில் விழும் முத்தம். நீள இரவினை வேண்டி கையேந்துவீர்கள். பரிசீலனையில் இருப்பதாய்ச் சொல்லி பின் பகிரப்படும் உள்ளங்கையில் எழுதப்படும் சில நனவிலிச் சொற்கள். ஓட்டுமொத்த அபகரிப்புக்குப் பின்னாலும் கண்களின் மஞ்சளில் தேங்கும் இறந்த கால முத்தத்தினைச் சுமந்து அலைவீர்கள் உலகமெங்கும்.

அத்தனை கடிதங்களையும் புகைப்படங்களையும் எரித்து அதன் சாம்பல் கரைத்துக் குடித்தபின் ஜாகிர் உசேன் அமைதியாகி, அதன்பின் தன்னைப் பைத்தியமென அறிவித்துவிட்டு தனியனானான்.

* * *

சுயகொலைகள் நாம் நிகழ்த்துவதன்று. நம் சுயத்தினைக் கொலை செய்யும் இச்சமூகம். தற்கொலை முயற்சிகள் ஓரளவு வெற்றியைக் கொடுக்கும். முயற்சி என்பதிலிருந்தே புரிந்துகொள்ளலாம். தோல்வியில் முடியும் பெரும்பாலான தற்கொலைகள் உன்மத்த உலகில் சஞ்சரிக்க வைக்கும். எண்ணிப்போட்டால் சாகமுடியாது. அள்ளிப்போட வேண்டும். உள்ளங்கைக்குள் குவித்து வைக்கப்பட்டிருக்கும் மாத்திரைகள் பார்க்கையிலே இதயத்தின் ஒரு ஓரம் மளுக்கென்று உடைய வேண்டும். கண்ணீர் பெருகும். வாயில் நீர் நிரப்பி சட்டென்று மாத்திரைகள் கொட்டி விழுங்கும் கணமே நீங்கள் வெற்றியைத் தொடுகிறீர்கள் என்று அர்த்தம். உடம்பு முழுவதும் இருதயம் வளரும். இந்த உலகின் கடைசிவரை ஓடிவிட்டவனின் மூச்சு உங்களைச் சுற்றிப்பரவும். நீங்கள் இரைக்கத் தொடங்குவீர்கள். ஐந்து நிமிடத்துக்குள் முகுளம் மரத்துப்போகும். இமை மூடிவிட்டால் தொலைந்தீர்கள். நீங்கள் இறந்துவிடுவீர்கள். மெல்ல வீதியில் இறங்குங்கள். நிமிர்ந்து வெயில் நோக்க ஒத்துழைக்காத கண்கள் நிலம் தாழ்த்துங்கள். பார்வையில் பகல் போய் இரவு வரும். இரவு மறைந்து கண் சூசும். செவிக்குள் யாரோ சிரிப்பார்கள். பின் நிசப்தம்.

கணேசகுமாரன்

ரயில்வே பிளாட்பாரத்து சிமென்ட் பெஞ்சில் படுத்திருந்த ஒருவனைக் கடந்து நீங்கள் ரயிலேறினீர்கள். உங்களைச் சுமந்த ரயில் அவனைக் கடந்திருந்தபொழுது அவன் நினைவுகளை இந்த உலகம் கடந்திருந்தது.

***

அது ஒரு சனிக்கிழமையாயிருக்கலாம். வேலை முடிந்து சீக்கிரம் வீட்டுக்கு வந்துவிட்ட நீ சந்திக்கும் அதிர்ச்சியை முற்றிலும் உணராதவனாயிருக்கலாம். கதவு தாழ்ப்பாள் இடாமல் அந்த துரோகம் நிகழும். உன் உடைமையை, உனது என்று நீ நினைத்துக்கொண்டிருக்கும் உன்னை நீ அறியாவண்ணம் பிரித்துக்கொண்டிருப்பான் இன்னொருவன். நீ எங்கே சறுக்கினாய் என்பதை உணர முடியாமல் உறைவாய். எல்லாம் சரியாகத்தானே போய்க்கொண்டிருக்கிறது என்று நீ நினைத்தது அத்தனை பெரிய தவறு. இனி உன் கையில் எதுவுமில்லை. உன் இருப்பை ஒன்றுமில்லாதவனாக்கிக்கொண்டிருக் கும் அவனோ இந்த ஊரின் பெரிய மைனர். அவன் கண்ணுக்கும் சொல்லுக்கும் முன்னால் உன் எந்த நியாயமும் எடுபடாது. அவனுக்கு அடங்கி தன்னை இசைந்து கொடுத்துக்கொண்டிருக்கும் உன் இயலாமையிடம் நீ என்ன கேட்கப் போகிறாய்? என்ன பதில் எதிர்பார்ப்பாய்? எல்லா துரோகத்தையும், வெறுப்பையும் ஏமாற்றத்தையும் மறக்கும் ஓர் இடமாக நீ தேர்ந்தெடுத்தது உன் ஊரின் கடைக்கோடி சாராயக்கடைதானே. அதன்பின்னான உன் வாழ்வும் இருப்பும் அங்கேயேதான் கழிந்தது. என்ன செய்தாலும் மறக்கமுடியாத துரோகம் ஊரில் உலவும். நீ கொஞ்சம் கொஞ்சமாய் சிதைவாய். ஒரு நாள் அழுக்கு ஆடையில் உன்மத்த பார்வையில் இந்த கிறுக்கு உலகத்தில் உன்னை இணைத்துக்கொள்வாய். மாதவம்.

சிறிதும் ஓய்வின்றி ஒரு துரோகத்தினை உலகுக்கு அறிவித்துக்கொண்டிருக்கும் உதடுகளைச் சந்திக்கும்போதெல்லாம் உங்கள் செவி கேட்காமல் போகிறது.

* * *

காமம் என்றால் என்னவென்று உனக்குத் தெரியுமா? காமத்தின் உச்சம் எதுவென்று தெரியுமா? இதை முழுமையாய் அறியாதவன் உலகம் எத்தனை பரிதாபமானது தெரியுமா? உனக்கு அப்போது மீசையின் ஆரம்பமாயிருக்கலாம். முதன்முறை உன்னை அழைத்த காமம் நிறைய வேர்த்திருக்கலாம். உன் உடம்பெங்கும் பூ பூக்க நீ

பைத்திய ருசி

இயங்கத் தொடங்கியிருக்கலாம். இமை செருகி ஒவ்வொரு பாகமாய் நீ தொலைக்கத் தொடங்கியிருப்பாய். அப்போதுதான் அந்தக் கதவு திறந்தது. அவர்கள் நின்றிருந்தார்கள். தொடங்கியது நிர்வாணமாய் ஓர் ஓட்டம். அது ஒரு காடு. காட்டினைக் கடந்தால் போதும். ஓடு...ஓடு... ஓடு. உன்னால் அந்தக் காட்டைக் கடக்க முடியவில்லை. இன்றுவரை ஓடிக்கொண்டேயிருக்கிறாய். உலகத்து தர்மங்கள் ஒன்றுகூடி கல் எறிந்தன. பூவாய் ஜனித்த உன் மனம் அப்போதுதான் பாறைச் சுவராய் மாறியது. அடி...அடி...அடி. இந்த உலகம் வன்மம் மிகுந்தது தெரியுமா? எல்லோருக்குள்ளும் ஒளிந்திருக்கும் கற்பனைக்கும் மீறிய ஆயுதங்களை அவர்கள் யாரிடம் எப்போது ப்ரயோகிப்பார்கள்? இதோ...இப்படித்தான். எந்தக் கணத்தில் உன் மூளை முறிந்தது என்று உனக்குத் தெரிந்திருக்கும். அதன்பின் வலி மரத்துப்போகும். உடல்விட்டுப் பிரிந்திருப்பாய். உன் குரல் உனக்குக் கேட்காது. ஒருவனைப் பைத்தியப்படுத்திவிட்டு இந்த உலகம் தன் அடுத்த தேடலைத் தொடங்கியிருக்கும். ஓசையற்று, வண்ணம் மறைந்துபோன, நாசித் துவாரங்களில் சதா பாம்பு நகரும் இடுகாட்டில் நீ அழத் தொடங்கியிருப்பாய். நிச்சலனம்.

பௌர்ணமி இரவைப் பார்த்துக்கொண்டு சுயஇன்பம் செய்து தன் உடம்பெங்கும் சுக்கிலம் பரவவிடும் ஒருவனின் பகலுக்கு இந்த உலகம் பயந்தபடி தேனீர் தரும்.

***

கொடுக்காப்புளி கொறித்துவிட்டு ஓடும் ஓர் அணிலை துடிக்க வைக்கத் தெரிந்திருக்கவேண்டும். அதனைக் கொல்வதற்கு முன் சிறு பிரார்த்தனை நல்லது. நீங்கள் கைகளில் பிடித்திருக்கும் அந்த மரக்குச்சியெங்கும் முட்கள் பொருத்திக்கொள்ளுங்கள். மிகவும் கூர்மையான முட்கள். ஒரு விளாசலில் அந்த அணிலின் தோல் கிழிய வேண்டும். சாம்பல் நிற அணில் கோட்டில் நகரும் சிகப்பு ரத்தம் உங்கள் மனத்தில் மிகப்பெரிய கலாரசனையை உண்டாக்கும். அடுத்த விளாசல் அணிலின் முகத்தின் மீது. அணிலின் நெற்றி அத்தனை மென்மையானது. அதன் உருட்டும் விழிகளில் சிதறும் உலகத்தின் அத்தனை குழந்தைமையையும் கிழிக்கத் தெரிந்திருக்க வேண்டும். அணிலின் சடலத்தைப் பெரிய வெயிலில் வீசிவிட்டு திரும்பி நடக்கும்போது உங்கள் முதுகில் காக்கை கொத்தும். முதுகிலிருந்து தொங்கும் குடலினைச் சலனிக்காது விரையும் கண்களில் நீர் சுரத்தல் மிக மிக நல்லது. பேரமைதி.

74

அதன்பின் அத்தனை பேரும் உன்மத்த உலகில் புகுந்துகொள்ளலாம். அங்கே நீங்கள் மட்டும்தான். வேறு யாரும் கிடையாது. எப்போதாவது பசிக்கும். உறங்காத மூளை வரமாகும். உச்சந்தலையிலிருந்து ஒரு நெருப்பு சதா பூமிக்கும் வானுக்கும் இடையில் அலைந்துபடியிருக்கும். நீங்கள் மழையில் நனையும்போதெல்லாம் மழை தன் சாபம் நீங்கும். நீங்கள் கடவுளாவீர்கள், எந்தக் கடவுளும் தொட முடியாத ராஜ்ஜியத்தில் இருந்துகொண்டு.

***

தீ விழுந்தது. கடவுள் தனக்குத்தானே வைத்துக்கொண்ட தீ. பிறழ்ந்த நீர் கொப்பளித்துக்கொண்டு விரைந்தது. தொட்டால் உதிர்ந்துவிடும் சாம்பல் அணிந்த பழுத்த இரும்புச் சங்கிலியின் ப்ரபஞ்ச உறவினை சங்கிலியில் கட்டப்பட்டிருந்தவர்கள் அறிந்திருந்தார்கள். அவர்கள் கதறலில் நிலைகுலைந்தான் கடவுள். அதன்பின் அவன் செவிகளுக்கு எந்த ஒலியும் சென்றடையவில்லை. தலைவிரித்து தீ நாக்கு எழுந்து நின்று காற்றைக் கருக்கியது. உன்மத்தம் சுமந்த நெருப்பு சுற்றித் திரிந்தது பேய்க்கால்களுடன். அவசரமாய் தூரம் கடக்க முற்பட்ட காகம் ஒன்று சிறகு எரிந்து பட்டென்று வீழ்ந்தது. பற்றிக்கொண்ட பாம்புச் சட்டையில் தீ வண்ணம் காட்டி எரிந்து நெளிந்தது. ரோமம் பொசுக்கிய தீ தோல் உருக்கி கபாலம் பரவ பிறழ்ந்த மூளை ஒன்று தெளிந்தது. பளிச்சென்று கண்கள் திறந்து உடைந்தது உயிர். 'அய்யோஓஓஓஓஓஓஓஓஓஓஓஓ...' மூளையில் கட்டப்பட்டிருந்த சங்கிலி அறுந்தும் இந்த உலகம் சுற்றிச் சுற்றிக் கட்டிய சங்கிலியிடமிருந்து தன்னை விடுவித்துக்கொள்ள போராடியது. கால்கள் உதைத்தது. இமை மூடாமல் தீயினை உற்றுநோக்கி அலறியது. தீயோ பைத்திய மேனியுடன் மோதி மோதி களியாடியது. துடிதுடித்து அடங்குமுன் தொண்டையில் நெருப்பணிந்த உயிர் ஒன்று கண்கள் மூடி மௌனமாய் தீ தின்னத் துவங்கியது. ப்ரதேசமெங்கும் பைத்தியக் கருப்பு சுருள் சுருளாய் வானேகி நிறைந்து மூடியது.

75

அழுகிய புத்தனிடம் சொன்ன கதை

குக்ஸ் ரோட்டுக்குத் திரும்பும் வேகமான வளைவில் வலதுபுறமாய் உள்ள நடைபாதை மேடையில் படுத்திருக்கும் அவளை நீங்கள் பார்த்திருப்பீர்கள். சிவப்பு விழுந்து அவசரங்கள் தேங்கி நகரும் அந்தக் காலையில் ஊர்ந்து செல்லும் வாகனங்களின் இடையே நீங்கள் அவளைப் பார்ப்பதைத் தவிர்க்கவே முடியாது. சில தேசங்களின் வரைபடங்களைத் தன் முகத்தில் அணிந்திருக்கும் அவளின் மஞ்சள் நிற நெட்டியில் கருப்பு பூக்கள் பூத்திருக்கும். வாய் விரிந்த பூக்கள் பேசிக் கொண்டிருக்கும் அர்த்தங்கள் உங்களுக்குப் புரியாது. பகல் சந்தடியில் அவள் பேசிக் கொண்டிருப்பதை நீங்கள் கேட்டிருக்க முடியாது. அவள் தன் பெயர் மாலினி என்கிறாள். ஆதிரை என்கிறாள். தங்கமலர் என்கிறாள். அவளின் உண்மையான பெயரை நீங்கள் அறிந்து கொண்ட அந்த இரவினை உங்கள் வாழ்க்கையில் நீங்கள் சந்தித்திருக்கக் கூடாது. நள்ளிரவில் அந்தச் சாலையை நீங்கள் கடந்திருக்கக் கூடாது. எதன் பொருட்டு நீங்கள் அங்கு வந்தீர்கள் என்பதை இப்போது மறந்து விட்டீர்கள். அவள் தன் சிதைந்த உறுப்புகளை சேகரித்தபடி கதை பேசிக் கொண்டிருந்தாள். தினம் தினம் இரவில் அவளால் சொல்லப்படும் அந்தக் கதையில் தவிர்க்க முடியாமல் நீங்கள் ஒரு பாத்திரமானீர்கள். ஒரு தீவில் ஆரம்பித்தது துரோகம் நிரம்பிய தேசத்தின் சாட்சியாய் தன்னை வரித்துக்கொண்டவளின் கதை.

நல்வழிகாட்டி முருகன் கோயிலுக்கும் லூர்துமேரி தேவாலயத்துக்கும் இடையில்தான் அந்த மாந்தோப்பு இருந்தது. அந்தத் தோப்பில்தான் அவர்கள் விளையாடிக் கொண்டிருந்தார்கள் தேவாலய உச்சியின்

சிலுவை நுனியில் ஷெல் தன் உடல் தீண்டும் முன். மணிமேகலா மட்டுமே கொஞ்சம் பெரிய பெண். ருது அடைந்திருந்தாள். மற்ற அனைவரும் அவள் தோழிகள். கண்களில் குழந்தை வைத்திருக்கும் அந்தச் சிறுமிகளுக்கு உலகம் ஒரு விளையாட்டுப் பொருள். அந்த விளையாட்டு உலகத்தில் இடம் பெறவே பெறாதவர்களால் சிதைந்தது அந்த மாந்தோப்பு.

ஆரம்பத்தில் ஒன்றும் புரியவில்லை. பற்களில் கடித்து துப்பப்பட்ட மொழியில் வீசிய காமத்தின் வாடை விளையாடிக்கொண்டிருந்த சிறுமிகளை உடல் சுருங்க வைத்தது. சட்டை பட்டன்களைப் பிரித்துவிட்டு ஓநாய் சிரிப்புடன் சிறுமிகளை நெருங்கினர் ஆயுதங்களை கீழே வீசியவர்கள். மணிமேகலா மட்டும் ஏதோ புரிந்தது போல் கண்களில் பதற்றம் வரைந்தாள். மாலினி, ஆதிரை, தங்கமலர், மணிமேகலா, தமிழ், ஐந்து பேரையும் வட்டமிட்ட மிருகங்கள் இவளை மட்டும் தவிர்த்ததற்கு ஒரே காரணம் அந்தச் சிரிப்பு. உதட்டின் ஓரம் எச்சில் வழியவிட்டபடி விபரீதம் புரியாமல் சிரித்துக் கொண்டேதான் இருந்தாள் இவள். கண்களில் நிலாக்கள் நகர்ந்தபடி இருந்தன. அகலமான அடிபாகம் கொண்ட மாமரத்தின் கிளைகள் விரிந்து பரவியிருந்ததில் வானம் காணாமல் போயிருந்தது. அவ்வளவு நிழல் மேலும் அடர்த்தியாகி கறுப்பான கணங்கள். அத்தனை சிறுமிகளும் வேட்டையாடப்பட்டார்கள். பெரும் சாபத்தினை சந்தித்தது மௌனமாய் நின்றிருந்த மாமரம்.

ஆதிரை துரத்தப்பட்டாள். அவளின் நீண்ட தலைமுடியினைப் பற்றி இழுத்தது அகலமான பருத்த ஒரு உள்ளங்கை. சறுக்கி விழுந்தவள் முகத்தில் காய்ந்த மாமரத்துப் பூக்கள் ஒட்டின. வாய் பிளந்தவளின் கண்கள் பிதுங்கின. கடவுள் இல்லை என்றாகிவிட்டது. எல்லா மொழியும் அறிந்த கடவுள் இவ்வுலகில் இல்லாமல் போனது எல்லா துயரத்துக்கும் காரணமாகிவிட்டது. மணிமேகலாவின் நெடும் அலறல் தோப்பெங்கும் அலைந்து சட்டென்று வாய் மூடப்பட்டது. முகத்தில் உறைந்த சிரிப்புடன் இவள் கவனித்துக் கொண்டிருந்தாள் கிழித்து எறியப்பட்ட மணிமேகலாவின் ஆடைகளில் தெறித்த ரத்தத்தினை. மணிமேகலா விடாமல் போராடினாள். கால்கள் உதைத்து திமிறினாள். பளீரென்று அறையப்பட்டதில் கன்னம் எரிந்தது. தன் மீது படர்ந்தவனின் உயிர் நாடியில் உதைத்தவளின் கைகள் அழுந்தப் பிடிக்கப்பட்டது. வன்மம் மிகுந்த விரல்கள் மணிமேகலாவின் தொடை சதையினைப் பற்றியவுடன் நிலம்

பைத்திய ருசி

கிழியும் சத்தம் எழுந்தது. இவளின் முகத்தில் இன்னும் சிரிப்பு மாறவில்லை. மணிமேகலாவின் கண்கள் அலைந்தன. அவளின் வாய் பொத்தியவன் அவள் மீது பரவினான். அவளின் தொடர் போராட்டத்தில் சலிப்புற்றவன் மிக ஆத்திரத்துடன் எழுந்து தன் இடுப்பிலிருந்த கத்தியை உருவி மணிமேகலாவின் பெண்மையில் ஓங்கிச் செருகினான். தெறித்த ரத்தம் காற்றில் அலறி வாயில் எச்சில் வழிய சிரித்துக் கொண்டிருந்தவள் உதட்டில் பட்டது. பதற்றத்தில் உடல் நடுங்க முதன் முறையாய் கண்களில் பயம் காட்டியவள் உதட்டில் பூசிய ரத்தம் விழுங்கினாள். அவளின் மூளைக்குள் விழுந்து சிதறியது ஷெல்.

வீட்டுக்குத் திரும்பியபோது பௌர்ணமியாயிருந்தது. சிரிப்பை மறந்த அவளின் வெறித்த கண்களுக்கு அம்புலி தெரியவில்லை. பறந்து விழுந்த குண்டுகளைப் பின்தொடரும் விழிகளுக்கு வானமே தெரியாதபோது நிலாவை ரசிக்க நேரமில்லை. ஆதிரையிடம் கேட்ட கேள்விக்குப் பதில் புரியாமல் போயிற்று. 'யாரம்மா' என்றதற்கு தன் கைகளின் பத்து விரல்களையும் கால்களின் பத்து விரல்களையும் கூட்டி இரண்டால் பெருக்கச்சொல்லி பின் கணக்குத் தெரியாமல் கண் கரைந்தாள். ஆதிரையின் உறைந்த வலியில் மண்ணள்ளிப் போட்டுவிட்டு வீடு திரும்பியதை அவள் கடைசியாய் அழுதபடி பார்த்துக்கொண்டிருந்தாள். குருதியின் கவுச்சியினை சுமக்கப் போகும் கொடூரம் அறியாத கடல் காற்று தன் உப்பு உடலை தீவெங்கும் விசிறியபடி அலைந்ததை அவதானித்தாள்.

வயிற்றுக்குள் பெரும் வலி உண்டானது. முகம் சுளித்து அடிவயிற்றைக் கைகளால் பற்றியவள் பற்கள் கடித்து வாதை அடக்கும்போதே மணிமேகலாவின் கடைசி அலறல் செவிக்குள் புரண்டது. சதையில் படிந்த கத்தி ரத்தத்துடன் இவளின் கண்களில் செருக உயிர் சுரப்பி சட்டென்று தன் ஊற்றினை நிறுத்தியது. குரலெடுத்துக் கத்தியவள் சுருண்டு விழுந்து மயக்கமானாள். தீவு தன் நிறம் மாறியிருந்தது. இது பயணத்தின் முடிவா இல்லை வேறொரு பயணத்தின் ஆரம்பமா இல்லை பயணத்தின் நடுவிலா எதுவுமே தெரியவில்லை. ஓடிக்கொண்டே இருந்தாள். திடீர் திடீரென்று காணாமல் போனாள். தாத்தா தேடிக் களைத்தார். குண்டு விழுந்து சிதைந்த தேவாலய சுவர்களில் கிறுக்கிக் கொண்டிருந்தாள். அழுக்கேறிய ஆடைகளில் தன் முகத்தை துடைக்கும்போதெல்லாம் மேலும் பொலிவு பெற்றாள். நிரந்தரமானது இருள். சுருண்டு படுத்திருந்தவள்

கணேசகுமாரன்

எழுந்து அமர்ந்து உறக்கத்தினைக் கிழித்து எறிந்தாள். பைத்தியங்கள் திரியத் தொடங்கிய காட்டினை கடக்க முடியாமல் கதறினாள். கனவுகளற்றுப்போன இரவை அடைகாத்த கண்கள் நெருப்பை பிரசவிக்கத் தொடங்கின. ஒருநாள் அந்த மாந்தோப்பில் குண்டு விழுந்தது. சுருள் சுருளாகக் கிளம்பிய கரும்புகை அத்தனையும் அவள் முகத்தில் படிந்தது. துரோகத்துக்கு சாட்சியான அந்நிலம் சாம்பலாய் மாறியது. ஒரு நாள் இந்த தேசம் அப்படியே ஆகும் காட்சி அவள் கண்களில் தெரிந்து மறைந்தது. அவள் கால்களுக்குக் கீழே கொஞ்சம் கொஞ்சமாக நிலம் துண்டாடப்பட்டுக் கொண்டே வந்தது. சீருடை அணிந்து அடையாள அட்டைகளுடன் ஆயுதங்கள் ஏந்தி வலம் வந்தவர்களால் பற்றி எரிந்த பூமியில் அவள் குளித்தாள். நிலத்தின் பரப்பளவு குறைந்து பதுங்கு குழிகளின் எண்ணிக்கை பெருகிக்கொண்டே வந்தன.

அன்று இரவு தங்கமலர் செத்துப்போயிருந்தாள். எங்கோ ஷெல் விழும் சப்தம் தன் செவித் துளைக்குள் இறங்கியவுடன் விரியத் தொடங்கிய அவளின் பிறப்பு வாய் சட்டென்று மூடிக்கொண்டது. பிஞ்சு சிசு அவள் வயிறு கடந்து நெஞ்சுக்குப் பயணப்பட்டதில் மூச்சுமுட்டி செத்துப்போனாள். குழந்தையும் கருவறையையே கல்லறையாகக் கொண்டு இமை மூடிக்கொண்டது. அன்று இரவு அந்த வீட்டின் வாசலில் ஆதிரையுடன் இவள் பேசிக்கொண்டிருந்ததை மணிமேகலா அருகில் நின்றபடி பார்த்துக்கொண்டிருந்தாள். தங்கமலரின் கையில் உடல் அற்ற குழந்தை வீரிட்டு அழுதபடி இருந்ததை இவள் நடுக்கத்துடன் கவனித்தாள். உயிரற்ற உடல்களைப் புதைக்கவோ எரிக்கவோ வழியற்றுப் போன தேசத்தில் பக்கத்துக் காடுகளில் விசிறப்பட்ட சடலங்களுடன் உரையாடத் துவங்கினாள். கொஞ்சம் கொஞ்சமாக மூலைக்குத் தள்ளப்பட்டாள். வானம் பார்த்துக் கொண்டிருந்தாள். அவ்வப்போது ஒலிக்கும் அசரீரி அவள் வாழத் தகுதியற்றவள் என்றது. இனி மிச்சம் எதுவுமில்லையென்ற நிலையில்தான் அந்த இரவு வந்தது. வெகு அற்புத இரவு. இதற்கு முன் அவள் கண்டிராத நிசப்தம் பூசிய இரவு. பூச்சிகள் தங்கள் பாடலினை நிறுத்திக்கொண்ட வானில் நட்சத்திரம் எரிந்து கருகி மாண்ட கணத்தில் குண்டு விழுந்தது. மரணம் தன் பேய்க்கால்களை விரித்தபடி இந் நகரமெங்கும் நடமாடத் துவங்கிய இரவில் அவளின் கைகளை இறுகப் பற்றியபடி தாத்தா தோணி ஏறினார். மணிமேகலாவும் ஆதிரையும் தங்கமலரும் கடலில் நுழைந்ததை அவள் பார்த்தாள்.

பைத்திய ருசி

ராமேஸ்வரம் அகதி முகாமில் அவள் பெயர் வானதி என்று பதியப்பட்டது. மிகப்பெரிய வெளிச்சத்தை அங்குதான் பார்த்தாள் வானதி. இமைகள் கூச தலையை பிடித்துக் கொண்டாள். பூப்படையாத அவள் பெண்மையில் கருங்கற்கள் கட்டிக்கொண்டு நடந்தாள். நிசியில் விழிக்கும்மவள் கடல் திசை பார்த்து அலையானாள். ஆதிரையும் மணிமேகலாவும் பரந்து விரிந்திருந்தனர் விடியும் ஆகாயத்தில். கூடாரம் விட்டு வெளியேறி வானம் தொட அவள் முயன்றபோது நீள் இரும்புச்சங்கிலி அவள் கால்களை பிணைத்தது. கீழிறங்க மறுத்த இமைகளில் அவள் இரண்டு ஊஞ்சல் கட்டி ஆடினாள். அவள் கருவிழிக்குள் முளைத்தன மாந்தோப்பு முழுவதும் பறந்தபடியிருந்த சிவப்பு நிற இலைகள். காற்று முழுவதும் தீ அள்ளி அவள் உடலில் தடவியது. உடை உதிர்த்தாள். நிர்வாணம் கண்டு நடுங்கி நிறம் மாறிய ஆகாயத்தினை அணைத்து ஆறுதல் சொன்னாள். அவளின் தாகம் தீர்க்க தரப்பட்ட குவளை நீரில் திப்பி திப்பியாய் மிதந்தன சதை துணுக்குகள். மணிமேகலாவின் குருதியும் ஆதிரையின் கதறலும் உறைந்திருந்த அந்நீர் அள்ளி அவள் கண்களில் ஊற்றிக்கொண்டாள்.

முகாமில் சங்கிலிச் சத்தம் அதிகரித்தது. இன்னொரு நிலா நாள் வந்ததை கிழிந்த கூடாரத்தின் வழி இவள் பார்த்துக்கொண்டிருந்தாள். தன் உடலில் ஆதிரையும் மணிமேகலாவும் தங்கமலரும் மெல்ல படர்வதை உணர்ந்த கணம் கூடாரத்தின் உள்ளே அவன் நுழைந்தான். சங்கிலி அகற்றப்பட்டது. பெருங்குரலெடுத்துக் கத்தியவளின் வாய் பொத்தப்பட்டு நிலத்தில் சாய்க்கப்பட்டாள். கால்கள் விரிக்கப்பட்டு அவள் மீது அவன் படர்ந்த நொடியில் அந்தச் சிரிப்புச்சத்தம் கேட்டது. கூடாரமெங்கும் அலை அலையாய் பெருகிய சிரிப்பொலி நடுவில் வானதியின் கண்களிலிருந்து நீர் வடிந்து கொண்டிருந்ததை அவன் திகிலுடன் பார்த்தான். மணிமேகலாவும் ஆதிரையும் தங்கமலரும் கண்ணீர் வர சிரித்துக்கொண்டிருந்தனர். வானதி அவன் நெஞ்சில் கையை வைத்துத் தள்ளினாள். எட்டு கைகள் அவன் மார்பில் படிந்து விலகின. வினோதமான சப்தம் ஒன்றை எழுப்பினாள் எழுந்த வானதி. மண் அள்ளிக் கொட்டுவதற்கென அருகில் வைக்கப்பட்டிருந்த இரும்பு சவுல் எடுத்து ஒரு வீசு வீசினாள். நடு மண்டையில் அடிவாங்கியவன் சிறு சத்தமின்றி இறந்தான். வானதியின் கண்களில் நிலா குறைந்திருந்தது. முகாம் விட்டு வெளியேறினாள்.

முகாமில் நிகழ்ந்த மர்ம மரணம் பற்றி நீங்கள் செய்தித்தாளின் நான்காம் பக்கத்தில் சுவாரசியமின்றி படித்துக்கொண்டிருந்த நேரத்தில் வானதி நிலம் கடந்திருந்தாள். கருஞ்சிவப்பெனக் குருதி கெட்டி தட்டி உறைந்து போயிருந்த யோனியில் இரு நாடுகளின் துரோகத்தினை ஒளித்து வைத்தபடி அலைந்தாள். உறங்கக் கிடைத்த இடங்களில் எல்லாம் அழுகிய புத்தனின் சடலத்தைக் கண்டெடுத்தாள். கறுப்புப் பூக்கள் விரிந்திருந்த மஞ்சள் ஆடைக்குள் ஒளித்து வைத்திருக்கும் புத்தனிடம் தினம் தினம் அவள் கதை சொல்லத் தொடங்கினாள்.

தந்தூரி கசானா 400 ரூபாய்

இந்த உலகத்தில்
ஒரு கோடியே நூற்றியெட்டு துயரங்கள்
இருக்கின்றன
பசி என்பது
முதல் துயரமாகப்
பெரும்பான்மையோரால் ஏற்றுக்
கொள்ளப்பட்டுவிட்டது

– இசை

சரவணனின் அறைக்கதவில் பெரிய பூட்டு தொங்கியதைக் கண்டதும் 'கிளிக் டக்... கிளிக் டக்...'. சத்யமூர்த்தி வயிற்றில் தன் கடைசித் திறப்பினையும் திறந்துவிட்டு ஓய்ந்தது சாவி. வயிறு விரியத் திறந்து உலகம் தின்னக் கேட்டது பசி. சரவணாவின் எண்ணுக்குத் தொடர்பு கொள்ள நினைத்த மனம் மிக அனிச்சையாய் அலைபேசியைத் தேடி கையில் எடுத்தபின்புதான் உணரமுடிந்தது, பேலன்ஸ் இல்லாமல் கால்கள் தள்ளாடின. வெளியேறி தெருவில் இறங்கினான். மீண்டும் வெயில். ஏன் இந்த வெயில் அவன் செல்லுமிடமெல்லாம்... சத்யாவுக்கு கண் கூசியது. பத்து பக்கம் பிழைதிருத்தம் செய்து தந்ததற்காக பழனி தந்த 300 ரூபாய்தான் ஒரு வாரமாய் பசி ஆற்றியபடி இருந்தது. காலையில் கையில் இருந்த மிச்சம் 15 ரூபாய்க்கு ஐந்து இட்லி சாப்பிட்டு முடித்த கையோடு எக்மோர் வந்தான். இப்போது மணி இரண்டு. 12 மணி

"

போல் சுந்தர் வாங்கித்தந்த டீயும், சமோசாவும் மூட்டிய சக்தி இப்போது செயலிழந்திருந்தது. 'உங்க பயோடேட்டா பார்த்தேன். நம்பிக்கையோட இருங்க... பத்துநாள்ல எங்கேயாவது சேர்ந்துடலாம்' வார்த்தைகளிலும், புன்னகையிலும், தேநீரிலும், சமோசாவிலும் நம்பிக்கையிருந்தது. ப்ச்... எக்மோரிலும் அதே வெயில்தான்.

***

'பஸ்ஸில் போவதென்றால் காசு வேண்டும். இருக்கும் காசினை வைத்துக்கொண்டு இரண்டு பஸ்கள் ஏறி இறங்கி இருக்கும் இடத்தை அடைய முடியாது. என்ன செய்யலாம்?'

'ஏன் பஸ்... இப்படியே நடக்கலாமே... என்னை மிரட்டும் நோக்கத்துடன் இயங்கிக்கொண்டிருக்கும் இந்த வெயிலை அலட்சியப்படுத்தினால் எத்தனை நன்றாக இருக்கும்... என்னை விலக்கும் இந்த உலகத்திடம் நான் விலக்க வேண்டியதும் எத்தனையோ இருக்கிறது என்று காட்ட வேண்டாமா... எப்படித்தான் எல்லோரையும் பழிவாங்கிவிட்டு இவ்விடத்தில் நான் வாழ்ந்து வெல்வது.'

* * *

நடக்கத் தொடங்கினான். சத்யாவைக் கடந்து விரைந்து சென்ற பஸ்ஸினுள் அவன் அமரவேண்டிய இருக்கையில் யாரோ ஒருவன் அமர்ந்திருந்தான். அவன் பர்சும், வயிறும் பெரிதாய் இருந்தது. சத்யாவின் பார்வையில் பதிந்த புதுப்பேட்டை மெக்கானிக்குகள் தாங்கள் அணிந்திருந்த ஆடை முழுதும் அப்பிய கிரீஸ் கறைகளோடு உழைத்துக் கொண்டிருந்தார்கள்.

* * *

'இவர்கள் சாப்பிட்டிருப்பார்களா? அப்படியே சாப்பிடவில்லை யென்றாலும் இன்னும் அரைமணி நேரத்தில் அவர்கள் சாப்பிடத் தொடங்கலாம். எனக்கான உணவுதான் இப்போது எங்கே? சென்னையெங்கும் கொட்டிக்கிடக்கும் வேலை புதுப்பேட்டையில் மட்டும் இல்லாமலா போய்விடும்... இவர்களைப்போல் ஏன் நான் மோட்டார் கழுவியோ பைக் சீர் செய்தோ பிழைக்கக் கூடாது?'

'ஏன் இப்படிப் பிழைக்க வேண்டும். மேலும் இது எனக்குத் தெரியாத வேலை. தெரிந்த, விருப்ப வேலையிலேயே நிரந்தரமாய் இருக்க முடியவில்லை. எத்தனை வளைதல்கள் தேவைப்படுகிறது. என்

பைத்திய ருசி

நாக்கு நோக்கி எத்தனைக் கால்கள் நீண்டன. எந்த வேலையையும் தெரிந்துகொண்டா பிறக்கிறோம். வளரவளரக் கற்றுக் கொள்ள வேண்டியதுதான். காதல், துரோகம், வஞ்சகம், வலி, அவமானம், வன்மம்.'

* * *

பாபுவின் அறையில் இருந்தபோது இவ்வளவு பிரச்னையில்லை. அறையிலேயே சாப்பாடு இருக்கும். பசியடக்கியபின் வேலை தேடி வெளியே கிளம்பி விடுவான். அச்சுப்பிழை திருத்துனர் வேலை, எட்டாயிரம் சம்பளம் என்றதும்தான் பாபுவின் அறையை சத்யா துறந்தது. ஆறு மாதம் கூட நிலைக்கவில்லை. அவனுக்கு சொல்லப்பட்ட வேலை ஒன்று. தந்த வேலை ஒன்று.

* * *

"அவருக்கு மறுபடியும் கால் பண்ணி கட்டுரை கேட்டீங்களா?"

"கேட்டேன் சார். இப்ப பிசியாயிருக்கேன். இந்த மாசக் கடைசிக்குள்ள தந்துடுறேன்னு சொன்னார் சார்."

"அவரு அப்படித்தான் சொல்லுவாரு. நீங்க தொடர்ந்து அவர காண்டாக்ட் பண்ணிக்கிட்டே இருங்க. கொஞ்சம் தொந்தரவு செஞ்சாதான் நம்ம தேவை அவருக்குப் புரிஞ்சிப் பேசுவாரு. ரெண்டு நாளைக்கு ஒரு தடவை நீங்க அவரைத் தொடர்புகொள்ளுங்க."

"சரி சார்."

* * *

அடங்காத வெயிலுக்குத்தான் எத்தனை பசி. வளைவில் திரும்பினான். எக்மோர் தாண்டிய சிந்தாதிரிப்பேட்டை நூலகத்தின் எதிரிலிருந்த கிருஷ்ணன் கோவிலில் அன்னதானம் போலும். வெள்ளை உடை உடுத்தியவர்கள் சந்தன நெற்றியுடன் உள்ளே போவதும் வருவதுமாய் இருந்தார்கள். கன்னச் செழுமைகளிலும் காற்றில் அலையும் தலைமுடியிலும் உயர் கொழுப்பின் பதிவு. ஏதோ வாசனை வந்து நாசியை நிரடியது. கூவம் பாலத்துக் கட்டைச் சுவற்றில் ஒரு பைத்தியக்காரன் படுத்திருந்தான். அவனிலும் அவன் அணிந்திருந்த ஆடைகளிலும் அத்தனை அழுக்கு. செம்பட்டை பிசுபிசுப்பில் சிக்கிக்கிடந்தன அவன் தலைமயிர்கள். அவன் அருகில் லேசாய் பிரிக்கப்பட்ட சோற்றுப் பொட்டலம். ச்சே. இவனும் இன்னும்

84

சாப்பிடவில்லை. இவனுக்குப் பசிக்கவில்லையா. சத்யமூர்த்தி பார்த்துக்கொண்டிருக்கும்போதே பதறத் தொடங்கினான்.

* * *

"சொல்லி பத்து நாளாவது... என்ன பண்ணிக்கிட்டிருக்கீங்க? அவர்கிட்ட பேசுனீங்களா?"

"நீங்க சொன்ன மாதிரியேதான் சார் அவர்கிட்ட பேசுனேன். எல்லாம் கேட்டுட்டு கடைசியில ஸாரி ராங் நம்பர்னு போனை வச்சுட்டார் சார்."

"இத உடனே என்கிட்ட சொல்ல வேணாமா? அவரு எவ்ளோ பிசியான ஆளு. நாமதான் கொஞ்சம் விட்டுப்பிடிக்கணும். நீங்க கால் பண்றப்ப அவரு என்ன சூழ்நிலையில இருந்தாரோ... கொஞ்சம் சின்சியரா இருங்க ஜாப்ல."

"சரி சார்"

"மறுபடியும் அவர்கிட்டப் பேசிப்பாருங்க"

"சரி சார்"

* * *

ஒரு நாய் பைத்தியக்காரனை நெருங்கியது. அந்தப் பொட்டலத்தை முகர்ந்து பின் அவன் சட்டையினையும். சட்டென்று வேகம் பிடித்து ஓடத் துவங்கியது. சத்யாவின் கண்கள் நாயைப் பின் தொடர்ந்தன. நாய்க்குப் பசிக்கிறதா...இல்லையா...விரைந்த நாய் எதிரில் வந்த பெட்டை நாயைக் கண்டதும் வேகம் குறைத்து நின்று வாலாட்டியபடி அப்பெண் நாயின் புட்டம் முகர்ந்தது. வேகவேகமாய் வாலாட்டியது. எவ்வுணர்வையும் வெளிப்படுத்தாத பெண் நாய் சட்டென்று வெயில் தவிர்த்து சந்துக்குள் ஓடியது. பின்னாலே போனது சத்யாவின் கண்கள் தொடர்ந்த நாயும். இன்னும் அந்தப் பைத்தியக்காரன் சாப்பிடவில்லை. கூவத்தின் அழுகிய பிண நாற்றம் அவனைத் தழுவியபடி சத்யா மீது மோதியது. சரவணனின் அறை நோக்கி நடந்தான்.

2

விநாயகர் கோயில் சந்தில் திரும்பியதும் நீண்டுகிடந்த நிழல்

பைத்திய ருசி

மீது நடந்தான். சரவணன் சத்யமூர்த்தியின் பசி அறிந்தவன். சத்யாவைப் போலவே தன் இருப்பு சினிமாதான் என்று தீர்மானித்து ஊரிலிருந்து சென்னை வந்து பல போராட்டங்களுக்குப் பிறகு இப்போது மூன்று மாதமாகிறது இயக்குநர் அழகியபிள்ளையிடம் உதவி இயக்குனராய் சேர்ந்து. அவன் கஷ்டப்பட்ட நாளிலும் சக நண்பனாய் மனிதனாய் சத்யாவைப் பலமுறை காப்பாற்றியிருக்கிறான். இதோ சத்யா போட்டிருக்கும் சட்டை கூட அவன் தந்ததுதான். 'புதுசா எடுத்துத்தர காசு இல்லடா நண்பா... இந்த சட்டை நான் அதிகம் யூஸ் பண்ணல. எங்காவது இன்டர்வியூ அட்டெண்ட் பண்ணனும்னா இதப் போட்டுட்டுப் போ. ஆனா மனசுல ஒன்ன மட்டும் ஞாபகம் வச்சுக்க. இது சர்வைவல் சிட்டிடா. எல்லாமே நாம நெனைக்கிற மாதிரி நடக்காது. கொஞ்சம் அனுசரிச்சுப் போ. வீட்ல ஒனக்குப் பொண்ணு பாத்துக்கிட்டுருக்கறதா அன்னைக்கு சொன்ன... இப்ப நீ தனியாளு. எத வேணும்னாலும் சாப்புட்டு எங்க வேணும்னாலும் படுத்துத் தூங்கலாம். நாளைக்கு கல்யாணம் ஆயிட்டா... அதுக்கும் சேர்த்து இப்பவே சம்பாதி. கஷ்டப்படு.' சரவணனின் அறையை விட்டு வெளியேறுகையில் சிறிது நேரம் முன்பு பார்த்த நாயின் வேட்கை ஞாபகம் வந்தது. ப்ச். வெறுப்புற்று நடுச்சாலையில் நின்றான்.

* * *

'இப்ப என் பசிக்கே இத்தன பாடுபட வேண்டியிருக்கு. இதுல கல்யாணம் வேற ஒரு கேடா.'

'ஏன்... ஊர் ஓலகத்துல கல்யாணம் கட்டுனவன் எல்லாருமே நல்லாவா வாழ்ந்துக்கிட்டுருக்கான்... கல்யாணம் பண்ணிட்டு கஷ்டப்பட வேண்டியதுதானே.'

'அப்பக்கூட கஷ்டப்படலாம்னுதான் நினைக்கத் தோணுது.நான் நல்லாவே இருக்கப் போறதில்லையா?'

'இருக்கலாம்... ஆனா அது ரொம்ப கஷ்டம்.'

* * *

ச்சே... தலையை உலுக்கிக் கொண்டான். பசி தன் கரங்களினால் குரல்வளையை நெரிக்கத் துவங்கியிருந்தது. அதன் மூச்சுத் திணறிய சப்தம் வயிற்றுக்குள் குழம்பலாய்க் கேட்டது, குட்டி நாயின் பசிக்குரல் போலவே.

* * *

86

"சார், நான் பைரன் பதிப்பகத்துலேர்ந்து பேசுறேன்."

"ம்... சொல்லுங்க..."

"உங்ககிட்ட எடிட்டர் ஒரு கட்டுரை கேட்டிருந்தாரு அடுத்த இதழுக்காக..."

"சரி..."

"தரேன்னு சொல்லியிருந்தீங்க..."

"ம்..."

"எடிட்டர் உங்களுக்கு ஞாபகப் படுத்தச் சொன்னாரு சார்..."

"சரி..."

"நீங்க ப்ரீயா இருக்குறப்ப எழுதித்தந்தா போதும்"

"ம்..."

"நான் ஏற்கனவே ஓங்ககிட்ட மூணு தடவை பேசியிருக்கேன்..."

"சரி..."

"அந்தக் கட்டுரை எப்ப சார் கெடைக்கும்?"

"ஸாரிங்க... நீங்க தப்பான நம்பருக்கு போன் பண்ணியிருக்கீங்க"

"சார்...!"

* * *

சிந்தாதிரிப்பேட்டை மீன் மார்கெட் கடக்கையிலே பசி வயிற்றுக்குள் பெரும் அலைகளை எழுப்பி மோதியது. கடல் இரைச்சலில் குடல்கள் சுருண்டன. மதியம் மூன்று மணிக்கு உறைந்து கிடந்த மீன் கவுச்சி பசியின் சதவீதத்தினைக் கூட்டியது. புதிதாய் ஒரு ஓட்டல் திறந்திருந்தார்கள். கண்ணாடிச்சுவர்கள் பளபளவென்றிருந்தன. உள்ளே நிறைய பேர் அமர்ந்து சாப்பிட்டுக் கொண்டிருந்தனர். எப்படி தைரியமாக ஓட்டல் திறக்கிறார்கள்? நஷ்டமடையாத, லாபம் தரும் ஒன்றாக ஓட்டல் தொழில்தான் இருக்கிறதா... நகரெங்கும் சலிக்காமல் சாப்பாட்டுக் கடைகள் திறந்த வண்ணமிருக்கிறார்கள். இங்கே பசியும், சாப்பாடும், சாப்பிடுகிறவர்களும் நிறையவே. ஆனால் பசி தெரிந்து அதை வியாபாரமாக்குபவர்களால் மட்டுமே இயங்குகிறது நகரம்.

பைத்திய ருசி

இயேசு நேசிக்கிறார் என்று எழுதப்பட்ட எழுத்துக்களின் மேலே அத்தனை பெரிதான சிலுவை சிவப்பு நிறத்தில் மின்னியது. சிலுவையே வலி. இதில் சிவப்பு நிறம் வேறு. சத்யாவின் தொண்டை உலர்ந்திருந்தது. தண்ணீராவது குடிக்கலாம். வயிறு நிறையும் என்று எண்ணினான். சிம்சன் கடந்தான். அண்ணாசாலையின் அத்தனை பரபரப்பான போக்குவரத்தில் மக்கள். சத்யாவின் களைத்த கண்களுக்கு எல்லோரும் மிக நன்றாக இருப்பதாகவே பட்டது. சுரங்கப் பாதை இறங்கி ஏறி கடப்பதற்குள் எத்தனை யாசகர்கள் கை உயர்த்துகிறார்கள். மனம் நடுங்க விரைவாய்க் கடக்க முடியவில்லை. இவர்களெல்லாம் இந்நேரம் சாப்பிட்டிருப்பார்களா? அண்ணா திரையரங்க வாசல் தேநீர் கடையில் தண்ணீர் குடித்தான். காலி வயிற்றில் தண்ணீர் விழுந்ததும் திணறலாய் ஒரு வலி எழுந்து அடங்கியது.

3

"ஓங்களுக்கு வேலை செய்ய விருப்பம் இருந்தா செய்யலாம். விருப்பமில்லாட்டி வெளியில போயிடலாம். இங்க எதுவும் கட்டாயம் கிடையாது."

"சார்… நான் என்ன சார் பண்ணினேன்… அவர்கிட்ட பேசுனேன். அவர்தான் எல்லாம் கேட்டுட்டு போனைக் கட் பண்ணிட்டாரு. ஓங்ககிட்ட அன்னிக்கே இதச் சொன்னேன்."

"மொதல்ல ஓங்க கோபத்தைக் குறைங்க…அவர்கிட்ட ஏதாவது அதிகாரமாப் பேசியிருப்பீங்க… சில இடத்துல நாம வளைஞ்சு குடுத்துதான் போகணும்…"

"ஸாரி சார்… வளையறதுக்கும் ஒரு எல்லை இருக்கு சார். ஓடஞ்சிடக்கூடாது…"

"ஒவ்வொரு வார்த்தைக்கும் ரியாக்ட் பண்ணாதீங்க. ஓங்க எதிர்காலத்துக்கு நல்லதில்ல… இப்ப வளைஞ்சி போங்க. நாளைக்கு அவங்க ஓங்களைத் தேடி வரும் போது நீங்க யாருன்னு காட்டலாம்…"

"என் வேலையைத்தான் சார் நான் செஞ்சேன்…"

"அதிகாரத்துல இருக்கிறவங்க பேச்சுக்கு எதிர் பேச்சு பேசுறதுதான் ஓங்க வேலையா…?"

* * *

திடீரென்று கைபேசி ஒலித்தது. அவசரமாய் எடுத்து திரைபார்க்க... சரோலாமா.

"சொல்லு நண்பா..."

"எங்க இருக்கடா... நான் ட்ரிப்ளிகேன் வரைக்கும் வரேன்...கொஞ்சம் புக்ஸ் சப்ளை செய்யணும். சாப்புட்டியா?"

"..................."

"ஹலோ... ஹலோ... சத்யா..."

"இன்னும் இல்ல நண்பா. நீ வா."

"சரி. நான் அங்க வந்ததும் கால் பண்றேன். லன்ச் முடிச்சிட்டு அப்புறம் ப்ளான் பண்ணுவோம். இப்ப எங்க இருக்க?"

"நான் மவுன்ட் ரோட்டுல இருக்கேன். நீ பெரிய தர்கா வந்துடு. அங்க வெயிட் பண்றேன். வந்து கால் பண்ணு..."

எதிர்முனையில் எவ்வித பதிலும் இல்லாமல் போக அதிர்ச்சியாய் செல்போனைப் பார்த்தான். இருண்டிருந்தது. ஆன் செய்து பார்த்தான். ம்ஹூம். சார்ஜர் தீர்ந்துவிட்டது. ப்ச். இதுவரை அவன்தான் இதன்மூலம் யாரையும் தொடர்பு கொள்ள முடியாமல் இருந்தது. இனி அவனையும் யாரும். சத்யமூர்த்தி நீளமாய் பெருமூச்செறிந்தான். அண்ணாசாலை ஓரத்தில் ஒரு கார் அவனை உரசியவாறு நின்றது. இருவர் இறங்கி அந்த ஓட்டலுக்குள் நுழைந்தனர். புகாரி. பெயர்ப்பலகையைப் பார்த்ததும் யூதாஸ் நினைவுக்கு வந்தான். உடனே இளங்கோ, மித்ரன், தந்தூரி கசானா.

யூதாஸின் அறைதான் சத்யாவின் முதல் புகலிடமாய் இருந்தது. பிறகுதான் பாபுவின் அறைக்குச் சென்றது. சத்யா, யூதாஸ், மித்ரன், இளங்கோ நால்வருமே சினிமாவில் முயற்சி செய்து கொண்டிருந்த நேரம். நால்வரில் D.F.T. முடித்திருந்தவன் யூதாஸ். இயக்குநர் ஐயப்பனின் இரண்டாவது படத்தில் உதவி இயக்குனராய் தேர்வாகி அட்வான்ஸ் பணமும் பெற்ற அந்த இரவில் சத்யாவுக்கு தந்தூரி கசானா அறிமுகமானது. ஓட்டலில் நுழைந்து டேபிளில் அமர்ந்ததுமே மெனுகார்டு என்ற பெயரில் மெனு புத்தகத்தைத் தந்தார்கள். பிரித்ததுமே அதிர்ச்சியாகிக் கத்தினான் இளங்கோ. 'என்ன மாப்ளே... எல்லாமே ட்ரிபிள் டிஜிட்டாவே இருக்கு... சிங்கிள் டிஜிட் டபுள் டிஜிட்ல ஒண்ணுமே இல்ல.' 'உஸ்ஸ்...' உதட்டின் மீறு

பைத்திய ருசி

சுட்டுவிரல் வைத்து எச்சரித்தான் யூதாஸ். 'என்ன வேணும்' என்றான். சத்யா யோசித்துக்கொண்டிருக்கும்போதே இளங்கோ சத்யாவை சுரண்டினான். சத்யா அவனைப் பார்க்க அவன் பார்வை சத்யா கையில் விரித்து வைத்திருந்த மெனு பக்கத்தில் இருந்தது. அவன் விரல் தொட்ட இடத்தில் 'தந்தூரி கசானா' என்று அச்சிடப்பட்டு அதன் நேரே 400 ரூபாய் என்றும் இருந்தது. சத்யா மூச்சைப் பிடித்துக்கொண்டு உயிருள்ள கோழி எதுவும் தென்படுகிறதாவென்று சுற்றுமுற்றும் பார்த்தான். பலவீனமான உதட்டை அசைத்தபடி 'தோசை' என்றவன் மித்ரனைப் பார்த்ததும் உறைந்தான். எப்போது இவன் ஆர்டர் சொன்னான். இடியாப்பத்தை ஆட்டுக்கால் பாயாவில் முக்கியடித்துக் கொண்டிருந்தான். அடப்பாவி. சத்யா ஏக்கமாய் இளங்கோவைப் பார்த்துக் கேட்டான். 'ஏண்டா... இவன் நம்மகூட த்தான் எப்போதும் இருக்கான். இவனுக்கு மட்டும் எப்பிடிடா இதெல்லாம் தெரியுது?' முறைத்தான் இளங்கோ. 'பிளாட்பாரத்து கையேந்தி பவன்ல சாப்புடுற மாதிரி புகாரிக்கு வந்தும் நீ தோசை சொல்ற பாரு... நீயும் திங்க மாட்டே... அடுத்தவனையும் திங்க விட மாட்டே... ஏதாவது சொல்லி உன்னைக் கழட்டி விட்டுட்டு வந்துருக்கணும். கொஞ்சமாவது நடிக்கக் கத்துக்கடா...அங்க பாரு... ஆஸ்கார நோக்கி போய்க்கிட்டு இருக்கு நாசுக்கா ஆட்டுக்கால் பாயா...' அன்று ஏதேதோ சாப்பிட்டார்கள். ஆயிரத்து சொச்சம் பில் தந்தான் யூதாஸ். தான் புகைக்கும் சிகரெட்டை சத்தியமூர்த்தியின் உதட்டில் வைத்து பற்றவைத்தபின் இளங்கோ சொன்னான். 'சாப்பிட்டிருக்க வேணாம். ஒரு தடவை பாத்துட்டு வந்துருக்கலாம் அந்த தந்தூரி கசானாவை.'

4

பெரிய தர்கா வாசலில் நிறைய யாசகர்கள். இன்று வெள்ளிக்கிழமை என்பது ஞாபகத்துக்கு வந்தது. அமர நிழல் தேடியவன் கண்களில் மண்டியிட்டிருந்தவரின் தலையில் மயிலிறகினை வைத்து ஓதிக் கொண்டிருந்தவரைக் கண்டதும் உள்சென்று அமர்ந்தான். ஏகப்பட்ட பூமாலைகள் குவித்து வைக்கப்பட்டிருந்தன. பெரும்பாலும் மல்லிகை. அதன் இருபுறமும் மயில்தோகை ஓட்டப்பட்ட நீண்ட கூம்புகள். சம்மணமிட்டு அமர்ந்தான். அத்தனை வேகமாய் மின்விசிறி சுற்றிக் கொண்டிருந்தபோதும் உயரமான விளக்கில் தீபம் எரிந்து கொண்டிருந்தது. கண் மூடினான். மயில் தோகையையே உற்றுப் பார்க்க மனம் அசைந்தது. மயில் கண்கள் பெரிதாகி அவன்

உள்ளே நிறைய, திடீரென்று மண்டைக்குள் பேரிடி இறங்கியது. என் போன் செயல்படவில்லையென்றாலும் நான் சொன்ன இந்த இடத்துக்கு வருவதற்கு சரோலாமாவுக்கு இவ்வளவு நேரம் ஆகாது. நான் பேசும்போதுதானே செல்போன் அணைந்து போனது. நான் காத்திருப்பதாய் சொன்ன இந்த இடம் சரோலாமாவின் காதில் விழவில்லையா... சத்யா எழுந்தான். வயிற்றில் பசி செத்துக்கிடந்தது தெரிந்தது. இனி சடலம் நாற்றமெடுக்கத் தொடங்கிவிடும். வாய்விட்டுக் கதறி அழ உள்ளே பேரோலம் எழுந்தது. கண்களில் நீர் துளிர்க்க தர்கா வாசலுக்கு வந்தான். எப்போதுமே அவனால் அவ்வளவு சீக்கிரம் அழுதுவிட முடியாத இடத்தில்தான் அழுகை தன் முதல் புள்ளியைத் துவக்கும். எரிந்து கொண்டிருந்த விளக்கிலிருந்து கொஞ்சம் எண்ணெய் எடுத்து யாரோ ஒரு பெரியவர் தன் கால் முட்டியில் தேய்த்துக் கொண்டிருந்தார். ஒரு கணம் ஓடிச்சென்று ஒரு கரண்டி எண்ணெய் எடுத்து குடித்துவிடலாமென்று அவனுக்குத் தோன்றியது. வலி போக்கும் இறைவனின் கொடை அவன் பசி போக்கிவிடாதா... சரோலாமா வரும் வழி பார்த்து நின்றான்.

பைரன் பதிப்பகத்திலிருந்து விலகி வேலையில்லாமல் திரிந்த கொடூர நாட்களில் இணைந்தவன்தான் சரோலாமா. வேலை விசயமாக ஒரு பதிப்பக நேர்காணலுக்குச் சென்றபோது ரிசப்ஷனில் அமர்ந்திருந்தான். அவனும் இண்டர்வியூவுக்கு வந்தவனோ என்று சத்யா யோசிக்க சத்யாவைப் பார்த்துப் புன்னகைத்து கை குலுக்கினான். 'ஐ அம் சரோலாமா' கேட்டதுமே புனைபெயரென்று புரிந்து போனது. சென்னை வாழ்க்கையில் சாதிய விழுமியங்கள் கொஞ்சம் கொஞ்சமாக காணாமல் போவது போல் நிஜப்பெயருடன் வாழ்பவர்களும் தொலைந்து கொண்டிருக்கிறார்கள். புனைபெயர்கள் நிறைந்த நகரமாக மாறி வருகிறது மதராஸ் என்ற சென்னை. தான் புதிதாய் ஒரு பப்ளிகேசன் தொடங்கியிருப்பதாகவும் அது சம்பந்தமாக இங்கு மேலாளரைப் பார்க்க வந்ததாகச் சொன்னான். சத்யா வேலை தேடி அலையும் கதையைக் கேட்டதும் அவனுக்குத் தெரிந்த சில நபர்களின் எண்களைத் தந்து தொடர்பு கொள்ளச் சொன்னவனின் பேச்சிலேயே சத்யாவுக்குப் புரிந்துபோனது அவனின் சினிமா விருப்பம். எழுத்து, சினிமா என்று அலைவரிசை ஒத்துப்போன சமயத்தில் சத்யாவின் வேலைக்கான முயற்சி தொடர்ந்து தோல்வியைத் தழுவிக் கொண்டிருக்க ஒரு தருணம் விரக்தியான சத்யாவின் பேச்சினைக் கேட்ட சரோலாமா சத்யாவை அழைத்துச் சென்றது தன் தங்கை திருமணத்துக்கு. சத்யாவின்

மனத் தளர்வினை நீக்க அவர்களின் குடும்பத்தில் சத்யாவையும் ஒருவனாக இடம்பெறச்செய்து புத்துயிராக்கினான். அப்போது இறுகியது. பசியென்றாலும் நோயென்றாலும் பகிர்ந்து கொண்டு குணமாக ஒரு நண்பன் சரோலாமா.

கோடையின் ஆக்கிரமிப்பு மாலை 5 மணிக்குப் பின்பும் வீரியம் குறையாமல் இருந்தது. கால்போன போக்கில் திருவல்லிக்கேணி வீதியில் நடந்து கொண்டிருந்தான். இங்குதான் சரோலாமா வருவதாகச் சொன்னான். இப்படியே திரிந்து கொண்டிருந்தால் எங்காவது சட்டென்று வெளிப்பட்டுவிட மாட்டானா. கால்கள் தள்ளாடின. சத்யா மீது லேசாக மோதிக் கடந்த உருவம் சட்டென்று நின்று அவனைப் பார்த்துத் திரும்பியது. அடர்தாடியும், முறுக்கிய மீசையும், நெற்றி நடுவில் இருக்கும் குங்குமச் சிவப்பு இரு கண்களிலும் விரவியிருக்க முண்டாசு கட்டியவன் சத்யாவின் சட்டையைக் கொத்தாகப் பிடித்தான்.... பாரதி.

தன் கவிதை, கதைகளை எடுத்துக்கொண்டு சத்யா ஏறி இறங்கிய பத்திரிகை அலுவலக வாசல்களும், சினிமா திரைக்கதைகளை தூக்கிக்கொண்டு அவன் மோதித் திரும்பிய தயாரிப்பாள, இயக்குனர்களின் வாசல்களும் பாரதி விழிகளில். பற்கள் நறநறத்தபடி கர்ஜித்தான்.

தேடிச்சோறு நிதந் தின்று-பல
சின்னஞ்சிறு கதைகள் பேசி - மனம்
வாடித் துன்ப மிக உழன்று - பிறர்
வாடப் பல செயல்கள் செய்து - நரை
கூடிக் கிழப் பருவமெய்தி-கொடும்
கூற்றுக் கிரையெனப் பின் மாயும்-பல
வேடிக்கை மனிதர்களைப் போல - நான்
வீழ்வேனென்று நினைத்தாயோ ...

தலை கிறுகிறுவென்று சுற்றிவர சத்யமூர்த்தி வீழ்ந்தான்.

மார்ச் 13

ஒரு வண்ணத்துப்பூச்சியைக் கொல்வது குறித்து அவனிடம் எந்த முன் திட்டமும் இல்லை. தி. நகர் சென்றிருந்தபோதுதான் நடைபாதைக் கடை ஒன்றில் அந்தக் கத்தியைப் பார்த்தான். கைப்பிடியிலே அத்தனை அழகான வேலைப்பாடு. ஓர் ஆணும் பெண்ணும் பின்னிப் பிணைந்திருப்பது போன்ற வடிவம் கொண்டது. கையினால் பிடித்துக்கொள்ளும் பகுதியில் அப்பெண்ணின் புட்டம் இருந்தது. ஒரு கையால் புட்டத்தினை இறுக்கியபடி கத்தியால் ஓங்கிக் குத்திக் கொலை செய்வதில் அவனுக்கு வெகு விருப்பமாயிருந்தது. வண்ணத்துப்பூச்சியினை மிக சாதாரணமாகக் கொன்றுவிடுகிறார்கள். ஒரே ஒரு சொல்லில் அது தன் அத்தனை வர்ணங்களையும் தொலைத்துவிட்டு செத்துப் போகிறது. நிறமற்ற ரத்தத்தினை பரிதாபமாய் அவன் விரலெங்கும் வழியவிட்டபடி இறந்திருந்த வண்ணத்துப்பூச்சியைக் கண்டதும் காற்று தொலைந்து போக அவனுக்கு மூச்சுத்திணறியது. அணிந்திருந்த சட்டையின் முதல் பட்டனைத் திறந்துவிட்டான். நெஞ்சு மயிர்களில் அந்தக் கை தடவி இறங்கியதை நீல ஒளியில் அழித்தான்.

எப்போதும் போல தி.நகரில் கூட்டம். எத்தனை விதமான மனிதர்கள். எத்தனை விதமான முகங்கள். எல்லோர் கைகளிலும் சந்தோஷம் பார்சல்களாகத் தொங்கிக் கொண்டிருந்தது. மழை வந்தால் நன்றாக இருக்குமென்று தோன்றியது. வராது என்று கண்டிப்பாகத் தெரியும். நிதானமற்ற மனநிலையில் நடந்துகொண்டிருந்தவனைச் சுற்றிலும் சத்தங்கள். எதுவும் அவன் செவிக்குள் செல்லவில்லை. மேகம் மேலே விலகியிருக்கவேண்டும். திடீரென்று வெள்ளை ம்வயில் அவன்

பைத்திய ருசி

வட்டத்துக்குள் விழுந்தது. ஒரு நிமிடம் கண்களை மூடினான். ஓர் இலை மேலிருந்து மெல்ல இறங்கி அவன் கண்களில் மோதியது. மழையின் ஒரே ஒரு துளி உச்சியிலிருந்து நழுவுவதை உணர்ந்தான். இலையும் மழையுமாய் மாறிய நொடியில் சவுக்கு இறங்கியது.

இமானுவேல் மூன்றாம் முறையாக விழுந்தான். முதுகு வலித்தது. சுற்றிலும் மக்கள் கண்களில் கருணையும் கண்ணீரும் கலந்து அவனைப் பரிதாபமாகப் பார்த்துக்கொண்டிருந்தார்கள். என்ன இது? இந்தக் கூட்டத்தில் எத்தனை திடகாத்திரமானவர்கள் இருக்கிறார்கள். இந்தச் சிலுவை இத்தனை சுமையாயிருப்பது ஒருவருக்குக்கூட வா தெரியவில்லை. இமானுவேலின் பார்வையில் இருந்த வெறுப்பு எவருக்கும் தென்படவில்லை.

இரண்டு முழுங்காலும் மொன்னையாக்கப்பட்டு குப்புறப்படுத்தபடி கிடந்தவனின் கண்களில் மிதந்த உலகம் அருவருப்பாக நகர்ந்துகொண்டிருந்தது. அவனைத் தாண்டினான். ப்ளாட்பார்ம் மீது துணி விரித்து ஏகப்பட்ட கத்திகளைப் பரப்பி வைத்திருந்தவன் லேசான தாடி வைத்திருந்தான். கண்களிலும் கன்னத்து சதைப்பகுதியிலும் அத்தனை மென்மை. இப்படியெல்லாம் முகம் வைத்திருந்தால் யார் இவனிடம் கத்தி வாங்குவார்கள்? ஆனாலும் அவனுக்கு அந்தக் கத்தி ரொம்பவும் பிடித்திருந்தது. ஒரு கோடென ஆரம்பித்து மேலே நீளும் பழுப்பும் சந்தன நிறமும் கலந்த மரக்கட்டையில் உச்ச ஆலிங்கனம். ப்ரமாதமான சிற்பச்செதுக்கல். செதுக்கியவன் காமத்தில் நீந்திக் களைத்தபின் தொடங்கியிருக்க வேண்டும் அந்த வேலையை. முகமென்று எதுவுமில்லை. கைப்பிடியில் இருந்த ஆணின் கை அந்தப் பெண்ணின் புட்டத்தினை வெகு நெருக்கமாக அணைத்திருந்ததிலேயே அவளின் மோகம் ததும்பும் முகத்தைப் படித்துவிடலாம்.

தன் நாவினால் அவள் நாசியில் முத்தமிட்டவன் அவளின் நாக்கினில் அன்றைய தேதியை எழுதினான். அடிவயிற்றில் எழுந்த தாகத்துடன் வேகமாய் நீர் உறிஞ்சினான். அவளிடமிருந்து முனகல் எழுந்தது. இருவரின் அடிவயிற்று நிர்வாணம் ஒன்றையொன்று உரசிய நொடியில் அவளைக் கட்டிலில் சாய்த்தான். இறுகப் பிடித்திருந்த அவன் பிடரி மயிரினை விடாமலே மல்லாந்தாள். தன்னை அகல விரித்து அவனை உள்வாங்கினாள். அவன் அவளை முழுவதுமாக ஆக்ரமித்தவன் நாளை இந்த உலகம

அழிந்துவிட்டால் என்பதுபோல் இயங்கினான். அவள் இறுகப் பல் கடித்து நகங்களால் கிழித்தாள். காற்றுக்கு வழியின்றி மார்பின் வேர்வை மூச்சுத் திணறியது. உச்சியிலிருந்து கால்விரல்கள் வரை நிகழ்ந்துகொண்டிருந்த நடனத்தினை அவன் ஒற்றைப் புள்ளியில் நிறுத்தினான். அவள் உடல் விரிந்து சுருங்கியது. அவன் ஆயிரமாய் சிதறி அவளுக்குள் பயணிக்கத் தொடங்கினான். லட்சக்கணக்கில் தன்னை உடைத்திருந்தவள் அவன் முழுவதிலும் படரவிட்டு சேகரிக்க மறந்தாள். அவள் பற்களிலிருந்து எழுந்த வாசனை அவன் நாக்கு நரம்புகள் வழியே மூளையை அடைந்து தனது ஆக்டோபஸ் கரங்களை விரித்துப் படுத்திருந்தது.

மார்ச் 13. இருவரும் வேளாங்கண்ணிக்குச் சென்றிருந்தபோது பழைய மாதாகோவில் செல்லும் பாதையின் இருமருங்கிலும் இயேசுகிறிஸ்துவின் பிறப்புக்கும் இறப்புக்குமான சம்பவங்களை சிலைகளாக செதுக்கி வலைக் கூண்டிட்டு அடைத்து வைத்திருந்ததைக் கண்டார்கள். அவன் நேர்மேலே தெரிந்த சிலுவையை உற்று நோக்கியபடியே "ஏன் அந்த நகரில் அந்தச் சிலுவையைச் சுமக்க ஒரு பலசாலி கூடவா இல்லை". இயேசுகுமாரன் மூன்றாம் முறையாக கீழே விழுந்த காட்சியை அவள் பார்த்தாள். "பைபிள் தெரியாம எதுவும் உளறாதீங்க" என்றவளின் சொற்கள் சிலுவையென மாறி தன் முதுகில் ஏறியதில் அவன் தளர்ந்திருந்தான். அவனின் மௌனம் அவளைக் கலவரப்படுத்தியது. "இயேசுவைக் கடவுளாக்குவதற்காகவே நாம் அவருக்கு மிகப் பெரிய துன்பம் தந்துவிட்டோம். இயேசு கடைசிவரை சிரிக்காமல் போனதற்கு அதுதான் காரணமாயிருக்க முடியும். ஒருவன் கடவுளாக இத்தனை துயரம் சுமக்க வேண்டுமா... உனக்கு யேசுவின் வலி புரிகிறதா" அவனின் கண்களில் உறைந்த சிலுவையில் இமானுவேல் அறையப்பட்டிருந்ததைக் கலவரத்துடன் பார்த்தாள்.

அவன் அறையில் அவனைத் தவிர வேறு யாருமே இல்லை என்றுதான் முதலில் நினைத்திருந்தான். மழை நாட்களில் சில கட்டெறும்புகள் வந்து போகும். வாசல் வேப்பமரம் வெகு ஈரமாய் பச்சை நிறத்தினைப் பூசிய இலைகளுடன் கொஞ்சம் கட்டெறும்புகளையும் வைத்திருந்தது. ஒருமுறை பாத்ரூமில் பல்லி பார்த்தான். ஒரு தடவை வந்ததுதான். அதற்குப் பிறகு அவனைப் பார்க்க அது வரவில்லை. ஆனால் வண்ணத்துப்பூச்சி வருமென்று அவன் கொஞ்சம்கூட நினைக்கவில்லை. ஒருநாள் மதியம்

பைத்திய ருசி

அவன் டி.வி பார்த்துக்கொண்டிருந்தபோது கவனம் திரையில் ஓடிக்கொண்டிருந்த காட்சியில் பதியாமல் கலைந்துகொண்டே இருந்தது. அப்புறமாய்த்தான் கவனித்தான். பின் சுவற்றில் ஒரு சிலந்தி அருகிலிருந்த ஜன்னல் வரையில் தன் வீட்டைக் கட்டியிருந்தது. சிலந்திக்கு எதற்கு ஜன்னல் என்று அவனுக்கு யோசனை. ஜன்னலை மூடினால் வீடு கிழிந்துவிடுமோ என்று அந்த ஒற்றை ஜன்னலை மட்டும் அவன் திறந்தே வைத்திருந்தான். அதன் வழியாகத்தான் அந்த வண்ணத்துப்பூச்சி வந்திருக்கவேண்டும். ஒரு வண்ணத்துப்பூச்சியைக் கொல்லும் அளவிற்குத் தன் அறைச் சிலந்தி கொடூர மனம் படைத்ததாய் இருக்காது என்று அவனுக்குத் தெரியும். சிலந்தியின் எச்சிலில் மகரந்தம் தேடிக்கொண்டிருந்த வண்ணத்துப்பூச்சி குறித்தும் அவனுக்குள் மிகப் பெரும் கேள்வி இருந்தது. பார்வையிழந்த வண்ணத்துப்பூச்சி வழி தவறித்தான் தன் அறைக்கு வந்திருக்க வேண்டும். ஒரு குருட்டு வண்ணத்துப்பூச்சிக்கு பூவுக்கும் வலைக்கும் வித்தியாசம் தெரியாமலா போகும்? கட்டை விரலையும் ஆட்காட்டி விரலையும் நெருங்க விடாமல் சிறு இடைவெளிவிட்டு ஒரு பியானோவின் ஸ்வரக் கருவினைத் தொடுவது போல் அந்த வண்ணத்துப்பூச்சியைப் பிடித்தான். வலைவிட்டு வந்த பூச்சியினை உள்ளங்கையில் வைத்தான். இரு விரல்களிலும் வண்ணத்துப்பூச்சியின் துளி உடல் வரையப்பட்டிருந்ததைக் கண்டு அதிர்ந்து உடல் நடுங்கிட, சிலந்தி எழுதிக்கொண்டிருந்த கவிதையை நிறுத்திவிட்டு அவனை வெறுப்புடன் கவனித்தது. அடுத்த வார்த்தைக்குத் தவித்தது.

அந்த யாசகனின் தட்டில் அவன் பத்து ரூபாய் போட்டுவிட்டு நகர்ந்தான். அவனின் கைகளை இறுகப் பிடித்திருந்தவள் அவனின் கருணை குறித்து எழுப்பிய கேள்விக்கு 'இரண்டு கைகளும் இல்லாத ஒருவன் பிச்சைதான் எடுக்க முடியும்' என்றவனின் சொற்களில் புத்தனின் வாசனையைக் கவனித்தாள். கடல் பார்த்து அமர்ந்திருந்தார்கள். 'என்னால் உன்போல் இருக்க முடிவதில்லை என்பது குறித்து எனக்கு மிகப்பெரிய குற்ற உணர்வு உண்டு' என்றாள் கடலிடம். அவன் அவளைத் திரும்பிப் பார்த்து 'என் போல் நீ இருந்தால் உன் மீது எனக்கும் என் மீது உனக்கும் காதல் வந்திருக்காது. அவனது கீழ் உதட்டின் நிகோடின் படியாத சிவப்பு அவளுக்குள் எச்சில் வரைந்தது. 'கடல் கடல் போல் இருப்பதால்தான் நாம் கடல் பார்க்க வருகிறோம். வேறு மாதிரி இருந்திருந்தால் நாம் வரப் போகிறோமா என்ன' என்றவனிடம், 'அன்று கோவிலில் நம்மைப் பின் தொடர்ந்த வண்ணத்துப்பூச்சியினை நீ ஏன்

அவ்வளவு விரும்பினாய் என்று எனக்குத் தெரியவில்லை. எனக்கு அது மிகவும் தொந்தரவு தந்தது' என்றாள் எச்சில் விழுங்கியபடி. 'உனக்கொன்று தெரியுமா அந்தப் பட்டாம்பூச்சி என் அறைக்குச் செல்லும்வரை என்னுடன்தான் வந்தது. பைக்கை நிறுத்திவிட்டு அறைக்கதவைத் திறந்துவிட்டு திரும்பி வந்து பார்த்தால் அதைக் காணவில்லை. சிரித்தான் அவன். 'நீ மிகவும் சாஃப்ட் கார்னர் பர்சன்'. 'ஆமாம் கார்னர்ல மட்டும் கொஞ்சம் சாஃப்ட்'. அவள் கன்னம் தொட்டவனின் விரல்களை இறுகப் பிடித்துக்கொண்டாள். 'பிறந்தநாள் ட்ரீட் எதுவும் இல்லையா' கண்ணடித்து சிரித்தவனின் மீசையை இழுத்துப் பிடித்தபடி 'நான்தான் உன் ட்ரீட். எடுத்துக்கோ ப்ளீஸ்' கண்களில் காமம் உடல் அசைத்து வால் நெளித்த வாசனை அவனின் நாசி தழுவியது. 'உனக்கு தருவதற்கு என்னைவிட சிறந்த பரிசு இந்த உலகத்தில் எதுவும் இல்லை. என்னை எடுத்துக்கொள்' அவளின் கண்ணீர் பார்த்து புன்னகைத்தான். அவள் சிரித்தபடி அவன் விரல்களைப் பிடித்து நெறித்தாள். அந்த லாட்ஜ் ரிஜிஸ்டரில் ஹனிமூன் ட்ரிப் என்று அவன் எழுதியிருந்த பக்கத்தில் கொஞ்சம் கடற்கரை மணல் சிந்தியிருந்தது. அறையைத் தாழிட்டவுடன் அவனை இறுகக் கட்டிப்பிடித்தவள் அவன் உதடோடு உதடு வைத்து விலக்காமலே பேசினாள். 'கனவு மாதிரி இருக்கு. அவனும் உதடுகளை விலக்காமலே 'இந்தக் கனவு முடியக் கூடாது' என்றான்.

இப்போது அறை இருளில் இருந்தது. தொலைக்காட்சியை அணைத்திருந்தான். ஜன்னலை இறுக மூடிச் சாத்தியதில் வலை சிதறி சிலந்தி மேலே ஏறியது. செல்போன் டார்ச்சினை ஆன் செய்தான். மிகக் கூர்மையான கத்தியின் நீண்ட நுனி போல் வெளிச்சம் விரிய அந்த வண்ணத்துப்பூச்சியின் இறக்கைகளை ஏற்கெனவே பிய்த்திருந்தான். அவனுக்கு ஆச்சரியமாயிருந்தது. அதிகம் வன்மமின்றி ஒரு வண்ணத்துப்பூச்சியினைக் கொன்றுவிடலாம் என்பது உலக நியதியாய் இருக்க இவர்கள் ஏன் வண்ணத்துப்பூச்சியினைக் கொல்வது குறித்து சிரமப்படுகிறார்கள். இத்தனை துன்புறுத்துகிறார்கள். இறக்கைகளற்ற வண்ணத்துப்பூச்சியின் உடல் அத்தனை அருவருப்பாயிருந்தது. சாம்பல் நிற வயிறு மட்டும் ப்ரதானமாயிருக்க அவனுக்கு வண்ணத்துப்பூச்சியை ரசிக்க அவகாசமில்லை. அந்தக் கத்தியை எடுத்தான். வண்ணத்துப்பூச்சியின் வீங்கிய வயிறின் மீது நடுவில் கத்தியினை வைத்து நேராய் ஒரே கிழி. எவ்வித அலறலுமில்லாமல் அவனின் காதல் நீராக வெளிப்பட்டு வலியோடு வழிந்தது. அறையில் வினோதமான ஒரு வாடை எழுந்து

பைத்திய ருசி

வண்ணங்களுடன் அவன் உயிரெங்கும் படிய, 'ச்சீ' யென்று உதறினான். செல்போன் அலைபாய்ந்து திசை தடுமாறி ஒளியை மேலே அனுப்ப அதிர்ச்சியுடன் சிலந்தி அவசர அவசரமாக அந்த அறையை விட்டு விலகத் துவங்கியிருந்தது.

அதன்பின் அவளை ஒரு காபி ஷாப்பில் சந்திக்க நேர்ந்தது. தோழிகளுடன் இருந்தாள். அவன் அவளைப் பார்த்துக்கொண்டே சிரித்தபடி கடந்தான். அவளை போனிலும் சாட்டிலும் தொடர்பு கொள்ளும்போதெல்லாம் நிறைய வேலையிருப்பதாய்க் கூறி அவனை விலக்கினாள். அவனுக்குப் புரியவில்லை. மார்ச் 13க்குப்பிறகு இருவருக்குமே இடைவெளி விழுந்தது. அவன் அதிகாலை நிறைய கேள்விகளுடன் விடிந்தது. மதிய சூரியன் தெளிவின்றி குழப்பமாய் நகர்ந்தது. அமைதி என்பது மௌனமாயிருத்தல் அல்ல என்று நிலா அவனிடம் தினம் ஒரு கவிதை சொல்லி அவனை சீண்டியது. சிலுவைப் பயணத்தின் போது இம்மானுவேலின் கண்களில் இருந்த இந்த உலகினைப் பற்றிய அலட்சியத்தினை எப்போது அவர்கள் கருணையாய் மாற்றினார்கள் என்று தன் அறை புத்தனிடம் கேட்ட போது, எந்த பதிலும் சொல்லாமல் புன்னகைத்த புத்தனின் கன்னத்தில் ஓங்கி அறைந்தான்.

மெரினாவின் இரைச்சலில் ஞாயிற்றுக்கிழமை இருந்தது. அவனும் அவளும் அமர்ந்திருந்த புல்வெளியில் நிசப்த அலை மோதிக்கொண்டிருக்க, அவள் ஒருமுறை தன் வாட்சினைப் பார்த்துக்கொண்டாள். பார்வையை விலக்காமலே 'ரோஜா அழுகுதான். ஆனாலும் ரோஜாவைப் பார்ப்பது இப்போதெல்லாம் சலிப்பாயிருக்கிறது. ரோஜா என்றில்லை...பூக்களே சமயங்களில் எரிச்சலைத் தருகிறது. ஆனால் உன் வழிச் சாலையெங்கும் பூமரங்களே நட்டிருக்கிறாய். கிளைகளற்ற இலைகளற்ற...ஏன் மரத்தின் அடித்தண்டுகூட இல்லாமல் வெறும் பூ மட்டுமே இருக்கிற மரம். நிழலுக்கு ஒதுங்க மட்டுமல்ல, என் நிழல் ஒதுங்கக்கூட வழியற்ற ஒரு பூ மரம். அதை மரமென்று சொல்வது ஓர் அடையாளத்துக்குத்தான். வேறு வார்த்தை இல்லாமல்தான். உன் பாதையில் உன்னோடு வருகிற புத்தன், யேசு, காந்தி எல்லோருமே எனக்கு மிக அன்னியமாகத்தான் தெரிகிறார்கள். இப்போது நம் சாலை திசைவழிகாட்டியின் கீழ் நிற்கிறது. வண்ணத்துப்பூச்சிகளோடு நீ போகும் பாதை எனக்கு கருப்பாயிருக்கிறது. நான் என் திசைக்குத் திரும்புகிறேன்'. அவன் அவளின் இரு மார்புகளிடையே முகம் புதைத்து உச்ச இருட்டில்

தன்னைத் தொலைத்திருந்தபோது அவளிடமிருந்து தொடர்ச்சியாக முனகல் வெளிப்பட்டுக்கொண்டிருந்தது. ஒவ்வொரு ரகசிய முனகலுக்கு முன்னும் அவன் பெயர்.

மெரினாவில் நீண்டகாலமாய் வசிக்கும் ஒரு வண்ணத்துப்பூச்சி பறந்துவந்து அவனருகில் அமர்ந்தது. 'எதை நம்பி நீ உன்னை பரிசளித்தாய்' வண்ணத்துப்பூச்சியிடமிருந்து பார்வையை விலக்காமல் இருந்தான். 'நீ ஏற்றுக்கொள்வாய் என்று நம்பித்தான்' என்றவளின் பார்வை கடல் நிறத்தினில் உறைந்திருந்தது. 'உனக்கு அப்போது அது தேவையாய் இருந்திருக்கிறது'. அவன் விரல் நுனியில் பூச்சி அமர்ந்தது. 'நீயும் வேண்டாமென்று மறுக்கவில்லையே... சந்தர்ப்பத்துக்குக் காத்திருப்பவர்கள் வாய்ப்பினை எப்போதும் நழுவ விடுவதில்லை. இல்லையா?' சட்டென்று அந்த வண்ணத்துப்பூச்சி கடல் நோக்கிப் பறந்தது. 'மரங்களும் பூக்களும் கடலில் கிடையாது என்றே தெரியாத ஒரு குருட்டு வண்ணத்துப்பூச்சியினை நம்பி நான் பறக்கத் தயாரில்லை. என் சிறகின் நிறம் வேறு' என்று எழுந்தவளிடம் 'ஒரு வண்ணத்துப்பூச்சியினைக் கொல்வதற்கு நீ கத்தி உபயோகித்திருக்க வேண்டிய அவசியமில்லை' என்றான் மௌனமாய். அவள் அவனைக் கடைசியாய் பார்த்துவிட்டு நகர்ந்தாள். கடற்கரையோரம் அழகுக்காக நடப்பட்டிருந்த செயற்கை மரம் ஒன்றின் பிளாஸ்டிக் பூவில் அமர்ந்திருந்தது அந்த வண்ணத்துப்பூச்சி. அதற்கு இப்போது பசியில்லை. அதன் கால்கள் வருடிக்கொண்டிருந்த பிளாஸ்டிக் உடல் கொஞ்சம் கொஞ்சமாக பூ உடலாய் மாறிக்கொண்டிருந்தது.

அவன் பெயர் ரகுநந்தன். தகவல் தொழில்நுட்பத் துறையில் பணி. சென்னையில் ஸ்பென்சர் ப்ளாசா எஸ்கலேட்டர் படிகளில் நீங்கள் ஏறிக்கொண்டிருக்கும்போது கீழிறங்கும் அவனை என்றாவது சந்திக்க நேரிடலாம். அவள் பெயர் புவனா. தனியார் நிறுவனமொன்றில் ரிஷெப்சனிஸ்ட். அதே சென்னையின் சத்யம் காம்ப்ளெக்சின் ஏதாவது ஒரு சினிமா இடைவேளையில் கூட்ட நெருக்கடியில் கையில் பாப்கார்ன் பக்கெட் வைத்துக் கொறித்துக் கொண்டிருக்கும் அவளையும் நீங்கள் சந்திக்க வாய்ப்புண்டு.

பாதரசப் பூனைகளின் நடனம்

1959 டிசம்பர் வெள்ளிக்கிழமை மாலை. ஜப்பானின் மினமாடா தீவு...

சென் எனப் பெயரிட்டிருந்தான் அந்தப் பூனைக்கு அச்சிறுவன். உடல் முழுவதும் சாம்பல் விரவியிருக்கும் சென்னின் வால் மட்டும் அடர் கருப்பில் அசையும் காற்றில் அவ்வப்போது ஓவியம் எழுதியபடி. அன்று சென்னுக்கு நல்ல வேட்டை. கரையோரமாய் மரண போதையில் துள்ளிக் கொண்டிருந்தன மினமாட்டா ஆற்றில் ரகசிய வசிப்பிடத்திலிருந்தன பல பெரியவகை மீன்கள். தன் மென் சாகசங்களைப் பிரயோகிக்காமல் மிக எளிதாய் அம்மீன்களைக் கவ்வி இழுத்து நிலத்தில் அறைந்து தின்றது சென். அதன் பசிக்கு இசைந்து கொடுத்தன விடுதலை விரும்பிய மீன்களும். பெரிதாகிக்கொண்டே வந்தது சென்னின் வயிறு. ஒருமுறை தன் உடம்பை சிலிர்த்துக்கொண்டது பசியின் வேட்கை தீர்ந்ததில் நீண்ட பெருமூச்சுவிட்ட சென். முன்னிரு கால்களை நிலத்தில் அழுத்தி புட்டத்தைப் பின் தள்ளி ஒரு ஸ்பிரிங் பலகையென உடலை நெளித்தது. புளோரசன்ட் பச்சை படர்ந்த விழிகளை உருட்டி நிதானித்த சென்னின் மூளைப்பாதையில் மின்னல் வெட்டி நிலப் பிறழ்வை உண்டாக்கியது அதன் முதுகுத் தண்டில் விரைந்த திரவம். இமைகளை மூடித் திறந்த சென்னின் எதிரில் நதி நிறம் மாற்றி நெளிந்தது. நிலம் மோதியது சென்னின் தலை. பூமி மிதித்து எழுந்தன கால்கள். சட்டென்று உமிழ்நீர் வற்றிப்போக நாவினால் மேலுதட்டை தடவிக்கொண்டது. பாய்ச்சலாய் அவ்விடத்தைக் கடந்தது. 'மியாவ்'

கணேசகுமாரன்

ஒருவித ரிதம் சேர்ந்திருந்தது சென்னின் உடம்பில். பெரிதான வயிறு மேலும் பெரிதாக பின்னிரு கால்களை இடவலமாய் வளைத்து நடந்த சென்னின் அசைவில் சாவின் நடனம். அச்சுவரின் மேல் ஏறி நின்றது ஓர் அனாயசத் தாவலில். மீண்டும் ஒருமுறை நாவினால் மேலுதட்டை. சதுரப் பாறைக் கற்களினால் கட்டப்பட்டிருந்த அந்த வீடு உறுதியானது. கடும் குளிரைத் தாங்கும் வண்ணம் படுதா துணி அதன் உச்சியிலிருந்து விரிந்து மூடியிருந்தது. முன்னிரு கால்களை சமச்சுவரில் அழுந்தப் பதித்த சென் தலை உயர்த்தி அந்த உச்சியினைப் பார்த்தது. காற்றில் தன் உடலைப் பயணித்து அக்கூரையின் உச்சியை அடைந்தது. உடல் லேசான தள்ளாட்டத்தில் இருக்க சென்னின் கண்கள் நிலம் கண்டு கிறங்கின. மிகக் கூர்மையான நுனியினை உடைய மரக்குச்சி ஒன்று அவ்வீட்டு வாசலில் நிறுத்தப்பட்டிருந்தது, மிருகங்கள் ஏதேனும் வந்தால் விரட்டுவதற்கென்று. குச்சியின் அடிப்பாகம் பூமியில் புதைந்திருக்க அதன் கூர்முனை சென்னின் நினைவை வசீகரித்தது. அதன் கண்களில் வழிந்த இறுதிப்புன்னகையில் அத்தனை காதல். தன் வாழ்நாளில் இனி நிகழ்த்தவே முடியாத காரியத்தைச் செய்தது சென். ஆகாயம் நோக்கியிருந்த கூர்முனை நோக்கி உச்சியிலிருந்து தன் உடம்பை வீசிப் பாய்ந்தது. வயிற்றைக் கிழித்து வெளிவந்து வானத்திற்கு தான் பூசிக்கொண்ட புதிய நிறத்தினை அக்கூர்முனை காட்டியபோது மூடியிருந்த சென்னின் கண்களில் நிம்மதி. அதன் சாம்பல் நிற உடம்பிலிருந்து பெருகிய குருதி கறுப்பு வாலின் வழியே வழிந்து சொட்டுச் சொட்டாய் நிலத்தில் விழுந்து கொண்டிருந்தது. இமைகளற்ற இடுங்கிய விழிகளில் நிரந்தரமாய் திகிலைத் தடவிக்கொண்டிருந்தான் சிறிது தூரத்தில் அமர்ந்துகொண்டு சென்னின் தற்கொலையினை மனம் அதிரப் பார்த்தபடி அச்சிறுவன்.

அன்றிலிருந்து ஒரு வாரத்திற்குள் மினமாட்டா தீவில் நூற்றுக்கும் மேற்பட்ட பூனைகள் இறந்து போயின. இயல்பான மரணங்களின்றி உயரம் சென்று வீழ்ந்து சிதறிய பூனைச் சதைகள். இணையினை இழந்த பூனைகளின் பாடலில் அமானுஷ்யம் அலைந்து திரிந்தது தீவெங்கும். அமைதி கலைந்தனர் மக்கள். நிராதரவாய் கைவிடப்பட்டிருந்தது அன்பின் பகிர்தலின்றி கலங்கிய அவர்களின் கருணை. அவர்களும் தங்கள் நிம்மதியினைத் தேடிக்கொண்டனர் சிலநாட்களில். உயரங்களிலிருந்து வீழ்ந்தனர். பாறைச் சுவற்றில் தலைமோதிச் சிதறினர். அத்தனையும் கவனித்தபடி மினமாட்டா

பைத்திய ருசி

ஆறு நகர்ந்து கொண்டிருந்தது தன் குருரத்தினை ஒளித்துவைத்து.

1999 ன் ஜனவரி ஞாயிறு அதிகாலை. கொடைக்கானல்...

சபரிநாதனுக்கு மனம் மரத்திருந்தது. ப்ரசவித்து முடித்த சில நிமிடங்களிலேயே மாலினி இறந்து போயிருந்தாள். நினைவிலிருந்து அகல மறுத்தது பிறந்த குழந்தை என்று டாக்டர் தன்னிடம் காண்பித்த பிண்டத்தின் பிம்பம். இன்குபேட்டரில் வைக்கப்பட்டிருந்த அதற்கு விரல்களின்றி கைகள் வளைந்து முடித்திருந்தன. தலை மிகப் பெரிதாயிருக்க வாய் திறப்பிற்கான துவாரம் இன்றி தொப்புளுக்கு கீழே கால் ஒரு பக்கமாய் வளைந்திருந்தது. எல்லாவற்றையும் மீறி அதன் முதுகுப்பக்கம் முளைத்திருந்த பெரிய கட்டி. ஊறிய தந்தைமையின் அமுதம் சட்டென உள் சுருங்கி அருவருப்புடன் அவனைப் பின்னகர்த்தியது. பூமிக்கு வந்து பத்தே நிமிடங்களில் தன் உயிரை உதறித் தொலைந்து போகும் அச்சிசு தன் தந்தைக்குக் காட்டிய கடைசி தரிசனம் கடவுளின் தரிசனம்.

டாக்டர் நித்ரனின் அறையில் அமர்ந்திருந்தான் சபரிநாதன். கண்ணாடி மேஜையின் மேல் ரிப்போர்ட் விரிந்திருந்தது. அவனின் செமன் ரிப்போர்ட். டாக்டர் நித்ரன் நிதானமாய் அணுகுண்டுகளை வீசினார்.

"பிரச்னை உங்ககிட்டேர்ந்துதான் தொடங்கியிருக்கு மிஸ்டர் சபரிநாதன். நான் சில விஷயங்களைப் பேசுறதுக்கு முன்னால நீங்க எங்கே ஒர்க் பண்றீங்கனு தெரிஞ்சிக்கலாமா?" நித்ரன் கண்களில் தீவிரம். புருவம் உயர்த்தி மென்மையாய் புன்னகைத்தார் சபரிநாதன் தன் வேலையைப் பற்றிச் சொன்னதும். "ஸோ... இந்த ஹாஸ்பிட்டல்ல யூஸ் பண்ற தெர்மாமீட்டர் நீங்க இல்லேன்னா வேலை செய்யாது. அப்படித்தானே...ஓ.கே. மிஸ்டர் சபரி. ஒரு கரு உருவாகுவதற்கான அத்தனை பாசிபிலிட்டீசும் உங்க விந்தணுக்கள்ல இருக்கு. அதே சமயம் எங்க டெஸ்ட்ல தெரிஞ்ச ஒரு அதிர்ச்சிகரமான விஷயம் கதிர் வீச்சுடைய சில துகள்களும் அதில கலந்திருந்ததுதான். ட்ரிட்டியம், ஆர்கான்னு நான் விளக்க விரும்பல. பயோ கெமிஸ்ட்ரி முடிச்ச உங்களுக்கே அது தெரியும். மேலும் என்னவிதமான கதிரியக்க மிச்சங்கள்னு தெரிஞ்சிக்கிற வசதி இந்த ஹாஸ்பிட்டல்ல இல்ல. வாழ்வாதாரத்துக்காக நீங்க பாக்குற வேலைதான் ஓங்க மனைவியையும் குழந்தையையும் கொன்னுருக்கு. ஏன்... நாளைக்கு அதேதான் உங்களையும் கொல்லப்போகுது. இப்ப இருக்கிறதைவிட

கொஞ்சம் பர்சண்டேஜ் அதிகமானாலும் உங்களுக்கு கேன்சர் வர வாய்ப்பிருக்கு சபரி."

சபரிநாதனுக்கு கண்கள் கலங்கின. உண்மை சுட்டுவிரல் நீட்டி நெஞ்சை சுட, "எனக்கு எந்தக் கெட்ட பழக்கமும் கெடையாது சார்" என்றான் தொண்டையடைக்க. "ஸோ வாட்...எந்தப் பூனையாவது சிகரெட் குடிச்சிக் கேள்விப்பட்டிருக்கீங்களா...ஆனா, அந்தப் பூனைகள்லாம் கூட்டம் கூட்டமா தற்கொலை பண்ணிக்கிட்டது ஏன்னு உங்களுக்குத் தெரியுமா சபரிநாதன்?" நித்ரனின் குரலில் வேகம் கூடியது. புரியாமல் விரக்தியாய் தலையசைத்தான் சபரிநாதன். "1950கள்ல ஜப்பான்ல நடந்தது அந்தக் கொடூரம். என்ன காரணம்... இதோ நீங்க வேலை பாக்குறீங்களே எம்.பி.சி. மெர்குரி பிளானட் சென்டர். அது மாதிரி ஒரு பாதரசத் தொழிற்சாலையிலேர்ந்து வந்த கழிவுகளால...ஸாரி அது கழிவு இல்ல. பாதரசமேதான் வெளியானது. ஆற்றில் கலந்த பாதரசம் மெத்தில் மெர்குரிங்கிற உயிரிப் பொருளா மாறி வேகமா பரவ ஆரம்பிச்சது. தாவரங்கள்ல பரவின மெர்குரியை சாப்பிட்ட சின்ன மீன்கள், அந்த மீன்களைச் சாப்பிட்ட பெரிய மீன்கள், அதைச் சாப்பிட்ட பூனைகளும் மனிதர்களும் மூளை நரம்பு பாதிக்கப்பட்டு தற்கொலை பண்ணிக்கிட்டாங்க. கொஞ்சம் தாமதமா உணர்ந்தாலும் ஜப்பான் அரசாங்கம் அந்தத் தொழிற்சாலையை மூடிடுச்சி. ஆனா, பத்து வருசமா இங்கே இயங்கிட்டு இருக்கிற நீங்க வேலை பாக்குற தொழிற்சாலையில உபயோகப்படுத்துற கெமிக்கல் எந்த அரசாங்கம் அனுமதி தந்தது சபரிநாதன்? நாம எத்தனை அபாயகரமான காலகட்டத்துல இருக்கோம்னு தெரியுமா உங்களுக்கு?"

உள்ளுக்குள் அனல் பொங்கிட கண்ணீர் வழிய அமர்ந்திருந்தான் சபரிநாதன். "ஸாரி மிஸ்டர் சபரி. நான் உங்களைக் குறை சொல்லல. என்னையும் சேர்த்துதான். படிச்ச நாமெல்லாம் கொஞ்சம் விஷயம் தெரிஞ்சும் இதைக் கண்டும் காணாம இருக்கிறதாலதான் எத்தனையோ ஏழைகள் பலியாடுகளா இந்த அரசாங்கத்துக் கண்ணுக்கு ஆகிடுறாங்க...மக்கள்கிட்ட தீவிரமான ஒரு விழிப்புணர்வை ஏற்படுத்தி இந்த அராஜகத்தைத் தடுத்து நிறுத்தணும்னு நான் விரும்புறேன். பாதிக்கப்பட்ட நீங்களும் இதுக்கு கோ ஆப்பரேட் பண்ணணும் சபரிநாதன்" நித்ரன் சபரிநாதனின் கையை ஆறுதலாய் அழுத்தினார். "நிச்சயமா சார்" என்றான் தலையாட்டி. அன்றிலிருந்து ஒரு வாரம் கழித்து தன் வீட்டு மாடியிலிருந்து கீழே விழுந்து தற்கொலை

செய்துகொண்டான் சபரிநாதன்.

2101 டிசம்பர் ஞாயிறு. கிறிஸ்துமஸ் நள்ளிரவு. வேடங்கலம் கடலோரப் பகுதி...

9.6 ரிக்டர் அளவில் காத்திருந்தது இறுதி. விபரீதம் உணர்ந்த பறவைகள் அந்த நள்ளிரவில் அவசர அவசரமாய் இடம் பெயர்ந்ததைப் பீதியுறைந்த கண்களுடன் பார்த்தவாறு படுத்துக்கிடந்தார் கந்தசாமி தன் வீட்டு வாசலில். கிட்டத்தட்ட ஒரு மாதமாய் தொடர் இருமல். தொண்டை ரணமாயிருந்தது இருமி இருமி. பக்கத்தில் படுத்திருந்த பேரனைப் பார்த்தார். நெஞ்சின் அத்தனை எலும்புகளும் விரிந்து தெரிய பெரிதான மூச்சு விட்டபடி படுத்திருந்தான். பிறந்திலேர்ந்தே இப்படித்தான். இவனையே படாதபாடு பட்டுத்தான் பெற்றெடுத்தாள் இவன் அம்மா. உயிர்க்கொடி அறுந்து இவன் பூமியில் விழுந்ததுமே சற்றும் தாமதமின்றிப் போய் சேர்ந்துவிட்டாள் புண்ணியவதி. தாய்ப்பாலுக்கு வழியற்றுப் போனவன் உடலில் தெம்பின்றியே வளர்ந்தான். இவனைப்போல் இவ்விடத்தில் நிறைய குழந்தைகள். என்ன சாப்பிட்டாலும் உடம்பு ஏற்றுக் கொள்ளாது. எவருக்குமே வாழ்க்கையில் எவ்வித பிடிப்புமின்றியே நிலையற்ற சித்தத்துடன் வளர்ந்தார்கள். உண்ணும் அத்தனை உணவிலும் சிறிய துளியாவது விஷமிருந்தது. நெஞ்சு எரிந்து உட்சென்ற உணவு குடல்களைத் துளையிட உணவு செரிக்காமல் குமட்டி எடுத்த வாந்தியில் இரத்தம் சிதறுவதைக் கண்ட வேடங்கலத்து மக்கள் தங்கள் உடம்பில் ஓடும் விஷ இரத்தத்தினை வெறுத்து வெளியேற்றினர். தற்கொலைகள் அதிகம் நிகழும் இடமாகத் தமிழகத்தில் முதலிடம் வேடங்கலத்துக்கு. தன் மருமகனின் தற்கொலைக்கு இன்னும் காரணம் தேடிக்கொண்டிருக்கிறார் கந்தசாமி. காரணமின்றி நிகழும் தற்கொலைகள் குறித்து ஆய்வு செய்ய மனிதர்கள் எவருமின்றிப் போனது கலியின் கடைசி.

அந்தச் சிறு எரிமலை பாறைக் குழம்பு கண்விழித்தது. வெடிக்கத் துடித்தது பல்லாயிரக்கணக்கான வருட அழுத்தம் மீறி. காத்திருந்தது ஒரு சமிக்கைக்கென. அணு உலை மிகப்பெரும் சத்தத்துடன் கனவுகளுடன் இயங்கிக்கொண்டிருந்தது நிகழப் போகும் விபரீதம் புரியாமல். இரு நாட்களுக்கு முன் கடல் சற்று உள் வாங்கியிருந்தது. காணாமல் போன கடல் நீரினைப் பற்றிய கவலையின்றி உலை தன் வீரியத்தை வெளிப்படுத்திக்கொண்டிருந்தது. அந்தப் பகுதி மக்கள் நிறைய பேருக்குக் கேட்கும் திறனைக் கேட்டுப் பெற்றிருந்தது

கணேசகுமாரன்

நிரந்தரமாய் காற்றில் உறைந்துவிட்ட உலைச்சத்தம். சாடையில் பேசியே புதிதாய் ஒரு மொழியை உருவாக்கியிருந்தனர் வேடங்கலத்து மக்கள். நூறு வருடத்துக்கு மேலான சாபம் தங்கள் வாழ்விடத்தின் மீது தன் ராட்சத வலையை விரித்தபடி காவல் புரிந்து வருவதை அம்மக்கள் ஏற்றுக்கொண்டுவிட்டனர். பிணங்களுக்கு பேசும் சக்தி கிடையாது என்பதைப் புரிந்து வைத்திருந்தனர். வாழ்வு குறித்த தீவிரமோ மரணம் குறித்த அச்சமோ இல்லையெனினும் தினம் தினம் அவர்கள் சாவினை சந்தித்து மீண்டனர். அருகில் ஆற்றில் கலந்த அணுக்கழிவுகள் பின் கடல் சேர மீன்கள் நீருக்குள்ளே தற்கொலை செய்துகொண்டன.

திடீரென்று கந்தசாமியின் செவித்துளையிலிருந்து இரத்தம் பிதுங்கி வழிய அதிர்ந்து திரும்பியவர் பிரதேசமெங்கும் பரவிய வெளிச்சத்தைக் கண்டு புருவம் நெறித்தார். பேரனை இறுக்க அணைத்துக்கொண்டார். கடலோரமாய்த்தான் அவர் வீடு இருந்தது என்றாலும் அணு உலை அவர் பார்வையில் படும் தூரத்தில்தான் இயங்கிக்கொண்டிருந்தது. பார்த்துக்கொண்டிருக்கும்போதே அணு உலை மீதிருந்து நெருப்பு பந்து குபீரென்று எழுந்து இரவின் நிறம் மாற்றி வானம் நோக்கி உயர்ந்து விண்மீன்களைக் கருக்கியது. உலையின் சுற்றுச்சுவர் படரென வெடித்துத் தெறிக்க பெரும் நெருப்புக் கோளம் கந்தசாமியை நோக்கி வந்தது. இரு நாட்களாய் மௌனமாயிருந்த கடலில் பெரும் இரைச்சல் எழுந்தது. சீற்றத்துடன் பேரலை உலைகளின் மீது மோதியது. கந்தசாமி தலைக்கு மேலே நிலப்பாறை பெயர்ந்து கண்ணிமைக்கும் நேரத்தில் பறந்து காணாமல் போனது. தன் பேரனை அணைத்தபடி வாய் பிளந்த பூமிக்குள் புதைந்தார். நெருப்பில் அவிந்து நீரில் மூழ்கியது வேடங்கலம். பிரதேசமெங்கும் வீசிய விஷக்காற்று உறைந்து நின்றது. அங்கிருந்து 3000 கிலோமீட்டருக்கு அப்பால் வரை பரவிய விஷக் கதிர்வீச்சு மிருகங்கள், மரங்கள், செடிகொடிகள், ஆடுகள், மாடுகள், மிச்சமிருந்த மனிதர்கள் எவற்றையும் விட்டு வைக்காமல் பரவிப் படிந்தது லட்சம் வருடங்களானாலும் உயிர்கள் தோன்ற வழியின்றி மலடான நிலத்தை வரமளித்தபடி.

தேவதைக்கு வாழ்க்கைப்பட்டவன்

மறுபடியும் உன் கவிதைகள் எனக்குத் தேவையில்லையென அவள் வீசியெறிந்த காகிதங்கள் அவன் முகத்தினை நோக்கி வருகையில் சட்டென்று கொடுங்கழுகாய் மாறி அதன் கூரிய நகங்கள் அவன் உள்ளங்கைச் சதையைக் கொத்திப் பறந்தன. இரத்தம் ஒழுக அக்கவிதைகளை அவன் தொடும்போது சமீபத்தில் ஒரு கவியரங்கில் சக கவிஞன் சொன்னது நினைவுக்கு வந்தது. 'ஆழ்மனம் அழுகி வீசும் நிணமும் பச்சைக் கவிச்சி மாறா குருதி வழியும் உங்கள் கவிதைகளே நீங்கள்.'

இப்போது ஆரம்பித்த யுத்தமல்ல. எப்போது அவன் கவிதை அவள் கனவுகளைப் பதிவு செய்யாமல் விலகியதோ அன்றிலிருந்தே. அவளின் விருப்பத்துக்குக் காரணமான கவிதைகள் அவளின் தண்டனை அறிவிப்பாகவும் ஆனது. தவறுகள் செய்த அவன் வழங்கிய நீதிக்கு தான் தூக்குமேடை ஏறியதைக் கண்கலங்க அவள் சொன்னதைத் தனது புதிய கவிதையின் முதல் வரியாக்கினான். மழையில் நனைந்த மஞ்சள் பூக்களின் நிறம் மழை நின்ற வெளியினை ஆக்ரமிக்கும் அழகெனத் தொடங்கிய காதல்தான் பின்பொருநாள் மழையூறிய சுவர் பரப்பும் குளிரில் நடுங்கும் கனவானது. திரைச்சீலையாய் படபடத்த கவிதைத்தாள் படுக்கை விரிப்பென மாறி அவளைத் தொட படுக்கையினைக் கிழித்துப்போட்டாள் அவள். அவன் சிதறினான். பெருமழையில் நனைந்து திரும்பிய அன்று அவன் வீடே தீப்பற்றி எரிந்து கொண்டிருந்தது. ஈரம் உலர்த்திய அவனால் நனைந்து சிலிர்த்த நிமிடங்களைப் பகிர முடியவில்லை.

அவள் தேவதையாக விரும்பினாள். அவள் தேவதையாக அவனும்

விரும்பினான். ஆனால், தேவதையின் அர்த்தம் இருவருக்கும் வேறாயிருந்தது. அவள் பறக்கவே விரும்பவில்லை. தன் சிறகுகளைப் மெருகேற்றி பிறரின் வானத்தைக் காணாமலடிக்கச் செய்யும் முனைப்பில் அவள் பறத்தலைத் தொலைத்திருந்தாள். சிறகைச் சுட்டிக்காட்டி அவன் அவளுக்கு ஆகாயம் அறிமுகம் செய்துவைத்தபோது அவள் விரித்த சிறகெங்கும் பித்த வெடிப்புகள். மேகங்களில் சஞ்சரிக்குமவன் கால்களிலோ கல் இடற வாய்ப்பில்லை.

தன் சிறகின் வண்ணம் மாற்றக் காத்திருந்தவளுக்கு தூரிகையின்றி வந்து நின்றவனின் ஆறாவது விரலை முறித்துப் போட்டாள். வலி கீறி முளைத்த புதிய கவிதையும் பேசப்பட்டது. அவன் கொண்டுவந்த அமுதசுரபியில் தோண்டத் தோண்ட கவிதைகளாய். கௌரவித்துப் பெற்ற அவனது தங்கக் கோப்பையில் மலம் கழித்தாள் அவள். சாம்பல் பூக்கத் தொடங்கிய கண்களினால் எரிக்கத் தொடங்கினாள் புது வாசனையுடன் சாலையில் விரைந்த கனவுகளை. ரணங்களுடன் ரகசிய உடன்படிக்கை செய்துகொண்டவனோ மேடையேற்றிய கவிதைகளின் மீது விழுந்து மூடிய பூக்களில் மறைந்தது மொத்த வலியும்.

அன்றவன் அவள் உடலில் எழுதிய கவிதையை மீண்டும் மீண்டும் வியர்வை அழித்தது. மிகச் சரியான வார்த்தை பொருந்தாமல் நிலைகுலைந்த கவிதை சட்டென்று கலைந்தது. ஒரு நிலையில் அவன் கவிதை முழுவதும் கேள்விக்குறிகளே நிரம்பின. அவள் நகங்கள் அவன் முதுகில் எழுதிய மொழி வலி தடவியது. விம்மித் தணிந்த மார்புகளின் மொழியினை அவன் படிக்கத் தவறினான். அவள் கால்களில் உண்டாக்கியிருந்த பெரும் மாயவலை அவனை இறுக்கியிருந்தது. இறப்பதே இருப்பிற்கான வழியென்று இயங்கினான். வியர்வையும் கண்ணீரையும் அவள் உதடுகள் உறிஞ்சிக் குடித்தன. இரண்டும் ஒரே ருசி. இருளில் எழுதப்படுவன இருவருக்குமே சரிவரப் புரியாமல் போயிற்று. தோற்றவனின் கவிதைக்கு முதல் பரிசு. அவள் ஜெயித்தாளா தோற்றாளாவென அவளுக்கே தெரியவில்லை. விசும்பலில் அதிர்ந்தெழுந்து அடங்கியது இரவு.

அகால இரவுகளில் அடிவயிற்றுப் பசியுடன் அவள் துடிக்கும்போதெல்லாம் அவன் அதீதப் பசியில் கவிதை தின்றுகொண்டிருப்பதைப் பார்த்தாள். அவனைச் சுற்றிலும் மெல்லிய பாதுகாப்புக் கவசமாய் அவன் எழுத்து மிதந்திருந்தது. சாபம் தீர வழி தேடி வார்த்தைகளில் தொலைந்து போனாள். அவள்

பைத்திய ருசி

தந்த சாபத்தின் வாலினைப் பிடித்துக்கொண்டு வானேகினான். பரமபதம் புரண்டது. அவன் கவிதை எழுதும் மேஜை அருகே உள்ள குப்பைத்தொட்டியில் நிரம்பிக் கிடந்தன அத்தனை நாள் வாழ்க்கையில் அவர்கள் பேசிய முன்னூற்று சொச்ச வார்த்தைகள். இருவர் இடையேயான மௌனம் வீட்டின் நான்கு மூலைகளிலும் படிந்து சோபாக்களில் பரவி படுக்கை முழுவதும் நிரம்பி வழிந்தன. செத்த வார்த்தைகளின் நாற்றம் அவன் வீதி முனை வருகையிலே உணரத் தொடங்கினான். மௌனத்தின் சவ வீச்சு நாளுக்கு நாள் பெருக ஒரு நாள் அமைதியுடைத்து அலறினாள். 'யூஸ்லெஸ்ஃபெலோ' நெளிந்து வளைந்து எச்சில் சர்ப்பம் புளிச்சென்று அவன் முகத்தில் உமிழ்ந்து பின் உள் சென்று மறைந்தது. அமிலவிஷம். துடைத்துப்போட்ட தாளில் எழுதியிருந்த கவிதை அவனை மேலும் ஒரு மேடைக்கு உயர்த்தியது. அவன் முதல் கவிதைத் தொகுப்பினை அவளுக்கே சமர்ப்பணம் செய்தான்.

பின் அட்டையில் புன்னகைத்திருந்தவனின் மீசை அழித்து அழகு பார்த்தாள். அன்றொரு நாள் அவன் கவிதைக்கிடையே புது வரியொன்று முளைத்திருந்தது. அது, தான் எழுதியதென்றாள் அவள். அவளின் கவிதை முழுதும் கணக்குகளே நிரம்பியிருந்தன. அவனுக்குப் புரியவே இல்லை.

அவன் காயங்களுக்கு மருந்தான எழுத்து அவன் பசிக்கும் விருந்தானது. பெருஞ்சோக இரவுகளில் வாழ்வின் மிகச் சிறந்த கவிதைகளைப் படைக்கத் தொடங்கினான். பட்டினியிலும் கவிஞனின் முகப்பரவசம் கண்ட அவளோ மேலும் மேலும் சிறந்த கவிதைக்கு அவனை ஆளாக்கினாள். அவள் பறக்க மறுத்த தேவதை. பூமியெங்கும் குருதிப் பதிவுகளுடன் தன் சிறகை இழுத்தபடி நடக்கும் வழியெங்கும் கண்ணீர்ச்சுவடு. அவன் துரோகங்கள் பரிசளித்த வாழ்வின் கசடுகளைக் கவிதையாக்கிச் சிரித்தான். இருளில் எரிந்தவளின் கவிதை எவருக்கும் தெரிய வாய்ப்பின்றி போனது. மழைக் காலங்களில் வீடெங்கும் மழை சேமித்தாள். அவன் ஈரம் தொடாத இடத்தில் அமர்ந்து மழைக்கவிதை வாசித்தான்.

கவிஞன் இல்லாத பொழுதில் தீயின் ருசி பரவியது வீட்டில். அவள் மூட்டிய தீ. கவிதைச் சாம்பல் கண்டவன் அதிர்ந்தான். அவன் சேமிப்பிலிருந்த வண்ணத்துப்பூச்சிகளின் வண்ணங்கள் அழிக்கப்பட்டிருந்தன. வெளுத்துப் பறந்த பூச்சிகள் பெயரினைத் தொலைத்திருந்தன. என் பசியும் வலியும் தீர்க்கமுடியா கவிதை

உனக்கென்ன தரும் என்று சாட்டை எடுத்தவளின் சிரிப்பிலிருந்து முளைத்த நீண்ட பற்களில் வழிந்த இரத்தத்தினைக் கண்டான். சிதறிய இரத்தம் அருந்தும் எழுதுகோலினை அதிர்ச்சியுடன் பார்த்தாள். அவனோ சாம்பல் கரைத்துக் குடித்தான். தன் கவிதையின் நிறம் முதன்முதலாய் இயல்பு மாறியிருந்ததை வலியுடன் பார்த்தான்.

ஒருநாள் அதிகாலை அவள் தன் சிறகு கிழிந்திருப்பதைக் கண்டாள். கிழிசலைத் தைக்கும் கவிதையினைத் தேடி அலைந்தாள். அவன் முகத்தில் விசிறியடித்துக் கேட்டாள் இக்கவிதை மறைக்குமா என் கிழிந்த சிறகை. இனி அவனை நம்பிப் பலனில்லையென்று உணர்ந்தாள். பெரும் இருளில் புலம்பியலைந்தாள். அவள் எப்போதோ கற்றுக்கொண்ட நடனம் வயிற்றில் இடறியது. சக்கரம் சுழலத் தொடங்கியது. ஒரு பழைய தேவதை தன் சிறகின் கிழிசலை மறைக்க ஊரின் தேவதைச் சிறகுகளுக்கு உறை தைத்துத் தந்து அழகு பார்த்தாள். ஊரெங்கும் பரவியது பெயர். கவிஞன் வலிகளின் வழியில் பயணம் தொடர்ந்தான்.

அவன் கவிதைக்கு உயர்ந்த அங்கீகாரம். கற்றவர்கள் நிறைந்த சபையினில் கவிதை விற்றவனுக்குப் பரிசு தந்து கைகுலுக்கல். அவளின் இறுதிக் கண்ணீரின் சுமை தாளாமல் புறப்பட்டான். காதல் மரண அறிவிப்பின் கீழ் கையொப்பம் இட்டு அருகில் முற்றுப்புள்ளி வைத்தவளின் அழகான கவிதையினைப் பார்த்துப் பிரிந்தான். மேடையில் உரக்க வாசிக்கப்பட்ட கவிதையெங்கும் உறைந்திருந்த தழும்புகள் தடவி சிரித்தவர்களுடன் மேடையில் நடனமாடினான். மது வழிந்த கூடமெங்கும் அலைந்த அவன் விரல்கள் காற்றைத் தழுவி இறுகின. சக தழும்புகள் கண்டு சந்தோஷித்தான். புதிதான காயங்கள் கண்டு புன்னகைத்தான். தன் தழும்புகளில் சத்தமாய் முத்தமிட்டான்.

தேவதை பிய்த்துத் தந்த சிறகினைத் தங்களுக்குள் பொருத்தி மகிழ்ந்தன தேவதையாவதை மறந்துவிட்ட பிற தேவதைகள். இரத்தம் வழிய நடனமாடிய தேவதையைப் போற்றின. சிலந்திகள் பெருகி விளையாடிய கனவுகளைத் துடைத்து சுத்தம் செய்து வீதியிலிருந்த குப்பைத் தொட்டியில் வீசித் திரும்பிய கணம் தேவதையின் வீடு அமைதியாகவும் வாசனையாகவும் இருந்தது.

கணேசகுமாரன்

1973

கவிதைத் தொகுப்புகள்

நீர்முனி, புகைப்படங்கள் நிரம்பிய அறை, சலூரனில் காத்திருக்கிறான்
சிந்துபாத், பீங்கான் புத்தன்

சிறுகதைத் தொகுப்புகள்

பெருந்திணைக்காரன், பைத்திய ருசி, மிஷன் காம்பவுண்ட், வில்லா 21,
ரூமன், எறும்பு

குறுநாவல்கள்

மெனிஞ்சியோமா, எழுத்தாளன், சிலிங்

விகடன் விருது: 2014ஆம் ஆண்டுக்கான சிறந்த சிறுகதைத் தொகுப்பு –
பைத்திய ருசி, இலக்கிய சிந்தனை அமைப்பு விருது: 2015 இல் வெளிவந்த
சிறந்த சிறுகதை– அப்பாவின் காதலிக்கு ஒரு கடிதம், உயிர்மை சுஜாதா
அறக்கட்டளை விருது: 2016ஆம் ஆண்டுக்கான சிறந்த சிறுகதைத் தொகுப்பு–
மிஷன் காம்பவுண்ட், வாசகசாலை அமைப்பு விருது: 2017 ஆம் ஆண்டுக்கான
சிறந்த சிறுகதைத் தொகுப்பு– வில்லா 21, திருப்பூர் படைப்பிலக்கிய விருது:
2018ஆம் ஆண்டுக்கான சிறந்த சிறுகதைத் தொகுப்பு ரூமன், 2020ஆம்
ஆண்டுக்கான சௌமா இலக்கிய விருது: சிறந்த சிறுகதைத் தொகுப்பு எறும்பு.

தொடர்புக்கு: ganesakumara@gmail.com

பேச: 9600743189